MVUMO WA HELIKOPTA

Kithaka wa Mberia

Marimba Publications Ltd
Nairobi, Kenya

Kimetolewa na
Marimba Publications Ltd
Nairobi, Kenya

© Kithaka wa Mberia, 2019
Toleo la Kwanza, 2019

ISBN 978-9966-40-9

Maandishi yamepangwa na
Elizabeth Wamugunda

Kimepigwa chapa na
English Press
S.L.P. 30127-00100
Nairobi, Kenya

Yaliyomo

SARAPHINO ANTAO

Hili taifa lililozoea kushangilia wanaoinama kama popo mbuyuni
Taifa lipigialo makofi wanukao ufisadi, ukabila na utimbakwira
Likiacha bila makoja wenye hulka zinazometameta kama almasi
Taifa lisiloimba "Saraphino!", mtakadamu wa medali za dhahabu
Wewe, uliyetutoa chini ukatukweza kwenye ulingo wa taadhima
Leo nakuenzi kwa kuusarifu ushupavu wako kwa darizi za zari

Ulifuta rekodi za nchi za masafa mafupi kabla ya jua la uhuru
Punde ukawa mwasisi wa ukakamavu mwangavu tuoneao fahari
Mjini Perth ulipeperusha bendera kwenye mlingoti wa dhahabu
Katika Prague, Zurich, Berlin na London uling'aa kama ng'andu
Wanaoishi katika nchi za tanuri za jua na za jahanamu ya theluji
Wakashangaa, "Ni wapi ulimwenguni mlimochanua hili waridi"

Mfano uliopanda kwa fahari kwa muuo wa ufanisi wako aali
Umekomaa umekuwa gongo la miti wenye mbegu zenye afya
Daima zimealika, kutawanyika na kuota katika akili za vijana
Baada ya kunyunyiziwa jasho la kutosha kwa bomba la ndoto
Miti bila idadi yenye tanzu kunjufu imechipuka na kuimarika
Sasa imepamba nchi kwa maua adhimu ya ushindi wa medali

Bado taifa halijasanifu mnara wa marumaru adimu Tononoka
Hukumbukwi kwa maandishi kwenye barabara kuu au shule
Hatujafinyanga uwanja wa riadha na kuupamba kwa jina lako
Hatujasimamisha mwenge usiozima kuashiria mizizi yako
Sikukuu za taifa ushupavu wako haupeperushwi mlingotini
Kupamba mandhari kwa mmeremeto kama nyota ya asubuhi

Leo moyo wangu hauna hamu ya kuendelea kutazama pengo
Nataka kupeperusha bango lenye rangi pendezi za juhudi zako
Nalenga kuinua mahadhi ya wimbo mtamu wa ukakamavu wako

Yawafikie vijana wenye masikio ya kutambua taadhima halisi
Jina lako liwe tofauti na wahuni wanaovishwa barakoa za nyerezi
Wewe, Saraphino Antao, nyota ya kwanza katika shada la nyota

HORI YA MIDA

Hori ya Mida, makaribisho ya udongo uliozaliwa na matumbawe
Barabara ya ukubwa wa upana wa nafasi ya magurudumu ya gari
Hewa iliyochanganyika na harufu ya chumvi na maisha baharini
Kijani kibichi cha mikanju yenye siha, muziki wa kuti changamfu
Uwazi wa ufukwe mweupe pepepe na nili nyepesi ya weu wa
  bahari
Sanaa ya mizizi ya mikoko na mipira, tanzu za michu na mikandaa
Vitwitwi wakitembea kwa madahiro, membe wakila
  machopochopo
Shakwe wakiogelea kwa ujuzi wa kilele na uchangamfu ulio wazi
Korongo wakistarehe kwa chakula walichokirimiwa na mwimbi
Chelezo iwayawayayo juu ya maji kama inapima ujasiri wa
  mpitaji

Hori ya Mida, msururu wa maji wa kilomita sita, johari ya
  Watamu
Sumaku kwa wanamandari, burudani kwa wenye machovu ya akili
Kongamano la miti jasiri isiyoogopa chumvi, makazi ya
  mikandaa,
Mikaapwani, mikoko, mishinzi, mikomafi, michu, mikandaa
  ndume,
Mashindano baina ya mizizi ya mipira na ya mikoko juu ya
  udongo
Faraja kwa wanapwani na wanabara, johari machoni mwa wageni
Makutano ya mawimbi ya bahari, kaumu za watu na aila za ndege
Mazingira anisi, mgodi wa kuchimbia johari kutoka udongo wa
  utalii
Vyumba vya haja visivyoghasi - vinavyojua maana muhimu ya
  usafi
Vijana madhubuti kwa maelezo yenye kina na ufasaha
  unaomeremeta

Hori ya Mida, nembo ya urafiki aali baina ya watu na maumbile
Kuheshimiana na kufaana, ujirani na heshima, uhusiano wa
   kufaana:
Utulivu bila tisho la trekta, misumeno; bila kero za kemikali,
   plastiki
Mizizi ya miti isiyokerwa, vinyamamwitu visivyosinywa na nyaya
Pesa halali mifukoni mwa vijana; vipande vya nguru nyumbani
Mpigo wa kawaida wa damu, usingizi bila kuchapwa na jinamizi
Utulivu wa akili kwa wazazi, amani kwenye vitanda vya
   wanandoa
Chanjo dhidi ya uharibifu wa vijana, mahadhi kwa walinda
   usalama
Uchangamfu moyoni mwa Profesa Maathai kwenye uhai na kaburi
Utuvu kwa malaika wenye wadhifa wa mapatano ya watu na
   maumbile

KONGAMANO

Tengo changamfu la ardhi ya ekari sitini
Kongamano la mimea na viumbe lukuki
Zulia la nyuzi nyerezi kutoka mabara sita

Wenyeji wenye mizizi, mashina na tanzu
Wanawakilishwa na minyakwa na *mithiga*
Kuna mizuari, miswaki, mikumba na misapo,
Ipo mihuhu, mikuyu, mitini, misaji na mivuli
Na vibobakasi vikiimba wimbo mwekundu
Wapo wageni waliokuja na kutulia ugenini
Ukiita, utaitikwa na mikoni na mikaritusi
Itakujibu mijikaranda, mijohoro na mifenesi

Mikono ya saa ya majira izungukavyo
Ndivyo mavazi ya wakazi yabadilikavyo
Yakikumbusha jinsi wenye uwezo maishani
Hubadilishabadilisha nguo kila msimu mpya

Anga linapofunguka na mvua kumwagika
Iliyoonekana nyasi na kwekwe bila majina
Zinapokezana kutangaza urembo wa kilele
Maua madogo, kila moja na utukufu wake
Hugeuza mandhari turubai ya sanaa adimu

Kama kwa mpango wa kuonyesha nakshi
Kwa zamu, tumba hualika kwenye tanzu
Badala ya kujitangaza kijani kibichi pekee
Maua husisimua kwa umbuji maridhawa

Kwa wasiopenda ukungu wa kutokujua
Akili zivutwazo na sumaku ya upekuzi
Hili jumuiko la makabila ya mimea ainati
Ni shule ya mafunzo yafurikayo thamani

5

Kongamano la dunia, nembo ya urembo
Alama ya urafiki usiolegalega kimajira:
Ndege wa koo tumbi wanaishi pamoja
Wanasherehekea maisha kwa nyimbo
Wanastawi katika nyumba za kienyeji
Pasi tisho la mingurumo ya misumeno

Kongamano katika jiji la nchi ya mlima
Mjumuiko wa mimea, ndege na wadudu
Enga vipanga, kongoti, kwarara na chiriku
Tazama miewe, kozi, kwezi, ninga na njiwa
Angalia vitwitwi, shore, chozi na fumbwe
Jinsi Waishivyo bila kutabanga mazingira;
Tazama vipepeo, nondo, panzi na buibui
Angalia mavu, nyigu, mchwa na sondomti
Kwa jumla, wanavyoishi pasi dharau bezi

Wanyama wanaokaa nje na ndani ya ardhi
Wakazi wanaoishi kila mmoja ndoto zake
Tumbili, kima, lumbwi, changara na mchwa
Wamevaa maisha yaliyoloa starehe na utuvu
Maisha bila ukatili wa uroho wa binadamu

Watu huvutwa na johari ya kijani kibichi
Makundi ya walengao kuunda muumano
Huja na kujikita katika uwazi wa katikati
Kwa kucheza au kutumia mbinu nyingine
Ndivyo hufikia lengo lililowaleta walipo
Ndivyo hufuma umoja kwa nyuzi-vitendo

Wanamandari hulakiwa na hewa iliyochujwa
Watoto hukimbizana na kucheza kwa bidii,
Wanakimbizana wakianguka na kujiinua
Hupiga mipira ya kununua ya kujiundia
Baadhi, wakivutiwa na tumbili bila woga

Huishia kuwaangalia, kila upande ukiajabia
Mtazamaji atadhani wanapimana kujiamini

Sikukuu za kitaifa zinaposhuka nchini
Hii johari ya jiji la hekaheka zinazokera
Huwa kimbilio jamala kwa waoteao utulivu
Hufanyia hisani wasio na misuli kimapato
Watu waogopao milango ya hoteli taanisi

Wakiketi juu ya nyasi ya kijani kibichi
Wazazi na watoto wenye nyuso kunjufu
Pamoja hula viliwa na kunywa vinywiwa
Mara hucheza michezo isiyojali umri
Ndivyo hujenga umoja baina ya vizazi
Ndivyo mandhari yadundadundao uhai
Huunga wanajamii mkono bila ubaguzi

Vijana wenye ndoto zipindanazo ja vikonyo
Kwa hamu ya kurutubisha mche wa mti dimu
Huketi wamewekeleana mikono ya mahuba
Ndani ya vifua nyoyo zikiwadunda taratibu
Miili ikiwa miepesi kama pamba au manyoya

Waliochanganya maisha katika bakuli la ndoa
Wakiwaa kwa kumbukumbu za asali ya siri
Huja kupaka uhusiano mafuta adimu ya uto
Kusudi kuuepusha na kutu iletwayo na miaka

Wakereketwa wa mazoezi ya viungo vya mwili
Na watamaniao afya imetemete kama nyota,
Wapendao maisha yawe mbali na madaktari
Waaminio si muhali kujenga ngao mwilini,
Hurauka kucharaza vijia kwa soli vumilivu

Nyoyo zikipiga mithili mitambo tegemeki
Mapafuni oksijeni ikipanda na kukupwa
Kwenye ngozi jasho likitiririka kama vijito

Katika sehemu zilizojitenga na hekaheka
Aliyesukumwa na uhalisia buka wa maisha
Akabanwa katikati ya uzima na wazimu
Huswali kwa ukali wa mikono na kiwiliwili
Maneno yakiandamana na povu la sumbuko
Macho yacharazwayo mijeledi na usingizi
Yakidhihirisha hali katika tanuri ya mashaka

Jua lipakapo anga la macheo rangi ya dhahabu
Mwangaza huwapo laini kama ngozi ya mtoto
Wanamandari huanza kuyeyuka kama barafu
Hatimaye arboretamu bila mishemishe za watu
Polepole hufunikwa na blanketi ya giza la usiku

Pazia la giza hukaribisha duru mpya ya maisha:
Nyoka waliohofia kuwa chakula cha miewe
Mchana kutwaa wakajificha ndani ya vizimba
Hutoka nje kunyoosha miili na kutafuta shibe,
Bumu waliolala mchana kutwa kwenye vivuli
Hukunjua mbawa na kuanza usasi kupata mlo
Fuko, nungunungu na wenzao wa udongoni
Hutoka nje kutafutia tumbo vitulizo mwafaka
Wakihuisha kongamano katika duru ya giza
Hadi macheo yapakapo anga rangi ya fedha
Punde jua lianze kutawala kongamano jijini

ZULIA LA KIJANI KIBICHI

Ubavuni mwa barabara ya kwendea Italia Ndogo
Kito cha msitu asilia kinastawi kwa fahari tulivu
Kwa kijani kibichi kikipamba tambarare na bonde;
Katika ushirika wa kukamilishana kwenye utuvu
Kutoka mwinuko wa kuengea mandhari ya Nyali
Sura tatu zinajitangaza - kila moja ikijipigia debe;
Hii ngome imara dhidi ya tabangiko la maumbile
Inatunza haja za mimea, wanyama na binadamu
Chaguo la ndege na wadudu kustawisha makazi;
Takribani makabila mia mbili ya wanamabawa
Huishi si kwa kero bali kwa bashasha kemkemu
Zikipamba tanzu kwa viota, muziki na machachari;
Vipepeo si wageni katika msitu, wanauita makwao
Ndio hulisha macho karamu murwa ya rangirangi
Katika utulivu unaotangaza urembo wa maumbile;
Watalii watuao Mvita, Malindi, Kilifi na Watamu
Yawakinaishapo maisha ya fukwe na mijengo mijini
Huleta mapafu katika hewa iliyochujwa ikachujika
Makundi ya wakazi wakisaka utuvu wa miili na akili
Huja kwa magari yakibeba ayari, wenza na mbasi
Hukaribishwa na ndege kwa nyimbo zenye mighani;
Watakao kuadhimisha siku za vidole kupata na pete
Walengao kuimarisha mshikamano adimu wa nyoyo
Huitika mwito wa sumaku nyerezi ya kijani kibichi;
Walengao kuelea katika wingu sisimuzi la fungate
Huja nyoyo zikidunda kwa hamu iliyorutubishwa
Hupokelewa kwa mikono miwili laini ya maumbile;
Wapenzi wa ndege, wakibeba darubini kwa shauku
Huja kufurahia maisha ya wenye wepesi wa manyoya
Wakarudi makwao nyoyo zikinang'ana kwa maraha;

Wenye ujasiri wa kuwa msituni baada ya jua kughura
Hupanda ulingoni kwenye tanzu zisizotisha maisha
Wakasubiri macho kukutana na ndovu chini ya nyota;
Mchana, wapenzi wa ndege hupanda lingo tanzuni
Hutulia kama maji ya mtungi, hudadisi kwa macho
Hunasa ulimbwende wa mabawa na kuridhisha hisia;
Wengine, katika lala-salama ya kuelea kwenye faraja
Hukutanisha macho na metometo pendezi za nyota
Katika mtagusano baina ya wanamandari na uwingu

SIKU ZA JAKAMOYO

Hatukuangalia yeyote kwa jicho la fedheha
Hatukuota mtu kidole cha chuki au dharau
Bila sababu zenye mashiko, bure bilashi
Ndio waliozima mwanga wa ujirani mwema
Ndio waliotutemea usoni mate ya ufukufuku:
Waliwateka nyara wageni waliovutwa na johari
Wakaja kukanda maisha katika fukwe nyerezi,
Bila ishara ya shari, walimteka nyara msafiri
Wakamtoa roho kama kwamba uhai ni saguo
Waliutingisha uti-wa-mgongo wa tambo la utalii
Wakautia uchumi wa nchi virusi vya wasiwasi

Walihitimu wakafikia kidato kipya cha ujasiri:
Walianza kuvurumisha gruneti katika hoteli
Walizima uhai kwa kutupia magari vilipukizi
Walilipua vioski mchanamchana bila onyo
Kwa ubabe kolevu, walimwaga damu sokoni
Kwa chuki ya kiitikadi, walijitoma kanisani
Wakakata uzima wa waumini wapenda amani

Kwa kuthamini haki inayomweka ya kujilinda
Majagina wa taifa waliinuka, walitunisha misuli
Walivuka mpaka kwenda kuzima uwi kitovuni,
Pamoja na nyamaume kutoka kwingine barani
Walishika vyema mitutu na kukabili adui buka
Pamoja na jeshi la nchi iliyoloa damu bila hatia
Wakajizatiti katika vita baina ya uwi na wema

Genge la hasidi liliingia nchini nyatunyatu,
Kutoka msitu ambao umegeuka nembo ya dhiki
Vitendo vyao vilichoma nyoyo kwa viembe elfu:

Walishambulia hoteli, benki na afisi za serikali
Nyumba zilivamiwa, zilichokorwa, ziliporwa
Wakazi tumbi walitupwa kwenye giza kaburini
Rafu za zahanati zilifutwa zikafutika dawa
Kituo cha polisi kilirambwa kwa ndimi za moto
Bunduki za nchi ziliangukia mikono haramu
Mashambani mahindi yalivunwa, yalibebwa

Katika mji mkuu wa taifa, kutoka tumba tulivu
Risasi zilipiga miluzi katika jengo la riziki
Watu waliangukiana, moshi ulitabanga anga
Zilifuata siku za wingu la kibuhuti na wahaka
Kiholele, hasidi walivunja dira za maisha
Watoto walitupwa ndani ya shimo la uyatima

Katika chuo kikuu kipya, nembo ya maendeleo
Kwa ushirikiano na wafanyikazi waliooza akili
Genge lililoloa chuki kali kama sumu ya swila
Lilijitoma bweni wakaligeuza jahanamu kamili
Kwa siku yenye joto chini ya himaya ya Izraeli
Kwa risasi, maadui buka walitupa vijana kuzimu
Wakala wa uhai walipofaulu kukomesha kichaa
Roho mia moja na hamsini zilikuwa zimezimika

Katika kaunti ya pembe ya kaskazini mashariki
Waliopindua itikadi ikawa juu chini kama popo
Walishambulia basi likisafirisha abiria mji mkuu
Wingu lilifunika miali nyerezi ya jua la Krismasi
Familia za walimu kutoka nyumba tumbitumbi
Ziliangukiwa na matanga badala ya burudani;
Wakala wa wachangamshwao na sura ya mauti
Walivamia malazi ya wanamachimbo uzingizini
Waligeuza makazi yao bwawa ghasi la damu,
Genge lilishambulia waigizaji kutoka mji mkuu
Wakafanya maskani kichinjio kikuu cha watu,
Wahuni walitega bomu kwenye njia ya magari

Familia ishirini za polisi zilipanga matanga,
Katika kituo cha wadhibiti usalama na ushwari
Adui aliyejificha katika sare za polisi wa taifa
Alijitia wehu na kugeuza wenzake vimba baridi

Katika basi lililosafirisha abiria kutoka kaskazini
Kwa hisani, bahati nasibu, inaonea taifa huruma:
Katika mvungu ulioundwa kubebea mizigo halali
Bunduki ya AK 47 na risasi zenye tutuo ya kuua
Mabomu ya kujiundia na makombora yenye hila
Vilipuzi na simu za kuamrisha mikono ya mauti
Vyote vilikutana na macho kabla ya janga kuinuka

Katika baadhi ya miji, sakafu za imani na ibada
Ziligeuzwa kumbi za kuzalisha wazimaji uhai,
Kwa mbinu ya ghururi tamu kama halua au asali
Vijana walizugua, walitembezwa gizani totoro
Walitajiwa mshahara mnono wakivuka mpaka
Waliahidiwa furaha tele itakayowapokea ahera
Vijana wa kiume waliokengeuka wakaenda ugeni
Walipangwa mbele ulipowadia moto wa medani
Kaburi zikawakaribisha kabla ya ndoto zao kuiva,
Shababi waliotia wazazi matumaini yaliyong'ara
Vijana waliozama vyuoni na kuibuka na shahada
Kisirisiri, walitoroshwa kutoka usalama wa makwao
Walienda kukata roho ugenini kwa moto wa risasi
Waliishia kuwa jivu kutokana na mabomu ya droni;
Baada ya kuahidiwa waume, vidosho waliohadaika
Waliishia kuwa vifaa vya kuzima wanaume nyoto,
Ghulamu waliotanabahi uamuzi wao ulikuwa janga
Waliobaini walikuwa mazuzu wa wakala wa mauti
Wakaamua kwa siri kurudi kwenye mapenzi ya aila
Walitolewa kafara katika ikalu za miungu wa mauti

13

Walioonelea misuli ingewafaa katika kupiga shoti
Waligundua mbio za mja abadani hazidi risasi kasi

HATIMA YA MASAHIBU

Ilisimama kwa afya iliyochangamsha macho
Kwa ujasiri ambao haukuhitaji ufafanuzi
Ilikaribiana na kuta za mawe, vioo na vyuma
Ikazilainisha na kuleta utuvu kwa mpita-njia,
Kwenye matawi, ndege waliishi kwa amani
Wadudu walishangilia ukarimu uliowazingira,
Chini vivulini ambavyo havikujua ubahili
Barubaru na mabanati walifinyanga urafiki
Baadhi walifumiana hadithi za rangi pendezi
Nyoyo zikang'ara kabla ya kuingia masomo

Mie na mvinje tulifahamiana tangu zamani
Tulikutana sote tukianza safari ya maisha
Si asubuhi, si mchana, si jioni, tulionana,
Kwa lishe bora na afya kwa mtu na mimea
Tuliendelea kuvuta maungo tukivuka miongo
Kumbe mbele ya safari nuksi ilikuwa ikisubiri

Katika maandalizi ya kuinua jengo jipya chuoni
Wafanyikazi walivamia mivinje wakaua miwili
Moyo wangu ulijiona katika joto la kikaangio

Leo nimerauka kazi kama kawaida ya miongo
Ala! Badala ya macho kukaribishwa na masahibu
Nimelakiwa na uwazi unaochekelea mandhari -
Badala ya mivinje mitano kusimama kwa fahari
Kwa kejeli, visiki vinawapokea waingiao Chuoni

Dadisi kwa walioshuhudia maangamizi ya aibu
Zinajibiwa kwa maneno yanayoshambulia akili:
Wakataji walika mivinje mwishoni mwa juma

Walidai kulihitajika nafasi ya kupamba mandhari,
Lakini ni mpambaji gani timamu afutaye nakshi
Lengo likiwa kuyapa mazingira urembo mpya,
Zuzu anakuwa na ukungu wa uzani gani akilini
Kukata mivinje isiyodhuru mijengo au udongo
Rafiki walioishi na wanachuo kwa miongo minne?

Tetesi zinazowashawasha katika ukumbi wa fahamu
Zinaota kidole cha maswali tata upande maalum:
Manahodha wanaoshikilia usukani wa jahazi teule
Wajanja ambao ni wepesi katika dunia ya visanga
Wana mijengo inayohitaji mbao za miti migumu,
Maiti za mivinje ziliishia katika nyumba zao mpya
Au ziliuzwa pesa zikaingia katika tumbo kwa siri?

UPWEKE WA BABA MDOGO

Kwake, nilikuwa nyota angavu, nembo ya ufanisi, dira ya safari,
Alijikakamua, alibubujikwa na jasho njiani, akinifuata kwa bidii
Kijasiri, aliyakabili mawimbi ya masomo, akaogelea akijizatiti
Katika shule ya msingi, shule ya upili, kwa nguvu bila kulegea
Alipiga makambi kwenye ziwa la mafunzo na kufika alikolenga

Chuoni, maua ya fasihi yalimvuta kama ute ukivuta nyuki
   mbugani
Maji akayavulia nguo, akaogelea kwa juhudi za kujituma kazini
Ndotoni, aliona siku atapokuwa mfumaji wa nyuzi azizi za taswira
Alijiona akilandana na baba mdogo kwenye kufuma darizi za
   lugha
Njiani, tukitembea wima, nyuzo zetu zikinang'anika kwa ugwiji

Juma hili, labda, tungekuwa Kampala, vizazi viwili vya damu
   ileile
Baba mdogo na mpwa kongamanoni, tuking'aa katika kumbi
   tofauti
Pengine, kwa vidole vya ari, tukicharaza marimba ya akili vikaoni
Katika kumbi, mikono ikipanda na kushuka, ikifuata midundo
Tukisikizwa na wasikizi kutoka pembe za kadhaa za bara mzazi

Ningemulika fasihi kama mwandishi, kama mwota ndoto nyerezi
Naye, kama gwiji wa nadharia zinazometameta za fasihi na jamii
Tungekutana kuangazia usomi na kurejesha akili kwenye familia
Kwenye hoteli, tungeburudika kulainisha ukanda wa mazungumzo
Kikao cha jamaa wawili kingenoga katika mji mkuu wa nchi jirani

Yasiyokuwa ya kuwa hayawi, hughura yakaacha mapengo mapana
Leo sina mpwa mwenye jina, nina wenza tusiolandana damu na
   sura

Hayupo tuchangamkie pamoja kuku, matoke na mchuzi wa
  karanga
Hatutashiriki kamwe kwenye bashasha za bilauri za zabibu
  nyekundu
Mkono wa Mkwepuaji Mkuu wa Uhai umeninyima fursa ya
  kuwepo

KIFO UGENINI

Miaka ya nyuma, kwa bidii zilizometa ja almasi, alipalilia ndoto
Aliruka vihunzi, alijiingiza kwenye uga nyerezi wa chuo kikuu
Nia ya kujichumia kwa kalamu ikimsukuma, alijikakamua misuli
Siku angavu - siku ya wahitimu kuvaa joho, koia na mfuko
   mgongoni
Akawepo uso ukinang'anika, ukiakisi mpwitopwito wa moyo
   mwepesi

Alipofika nchi ya Walter Sisulu, Nelson Mandela, Chris Hani na
   Biko
Alipojiunga na wenza wa uzamili katika Chuo cha Witts
   watersland
Alivua shati kwa bidii nyingi akajitumbukiza kwenye bwawa jipya
Chuoni, akapambana na mawimbi makubwa na mikondo yenye
   kasi
Akapanda ngazi ya gati iliyopambwa kwa rangi nyerezi za kufuzu

Alipomaliza kujiandaa kupanda mlima wa mkweo mkali wa
   uzamivu
Maumivu yalipoingia yakiandama ukungu wa anga la magharibi
Yalipuuzwa kuwa kero ndogo, likakosa sura wazo la kwenda
   hospitali
Yakatibiwa kwa tembe za kupunguza moshi badala ya kuzima
   moto
Kwa kuamini machungu yalikuwa wingu la kughura punde si
   punde

Jua la asubuhi lilipopokea hatamu kutoka mikono ya mwezi na
   nyota
Mwenzake alipoacha malazi kwenda kutafuta riziki kufuatia
   mazoea

Virusi vitukutu viliendelea kusambaza jeshi katika uti-wa-mgongo
Gurudumu la wakati lilipozunguka na kumwaga mwangaza
upenuni
Sahibu alipojea alikuta mauti yakimkondolea macho makali
mwenza

Harakati za kunusuru maisha, kasi hadi sahanati ya chuo kikuu
Zilikuwa ni kusukuma mwamba juu ya kilima kinachotelezateleza:
Kufika ukingoni kwa usajili wa uzamili, kutokuwepo usajili badala
Kujikokota wauguzi wa chuo katika kutafuta mkakati mwafaka
Kulivipa virusi katika uti-wa-mgongo fursa ya kumzima mpwa
uhai

KUTOKA JALALA!

Hizi habari zinakera moyo na kupapura akili ya mshairi:
Katika nchi iliyotapakaa wataalam wanaong'aa kwa ujuzi
Ni nini kilichotia ukungu macho tuliyoinua kwa kura
Kuyafanya kuchakura jalala la vikorokoro vya kisiasa
Kuokota vibwege tuliokataa na kutupa kwenye taka
Pamoja na mifupa ya samaki na matunda yaliyooza?

Majina ambayo yameinuliwa na kupeperushwa mingotini
Ni ya wale tuliotia ratilini tukaona hawazidi unyoya uzani
Tukawanyima nafasi ya kupitia mlango wa heshima ya kura
Sasa, kama anatukebehi na kututukana kwa kuita gulagula
Mwanaikulu amewapatia nyadhifa zinazometa kama nyota
Ndio sasa washauri, wakubwa wa mashirika na mabalozi!

Waliokula chumvi kazini bila kuonekana dalili ya mavuno
Wakahamwa na nywele na kubakia na para au mabuyebuye
Wametunukiwa sukani za kuendesha taasisi adhimu nchini
Utadhani majeraha waliotia jamii hayakuleta vichomi vikali
Wanaanza tena kuogelea katika bwawa la maji moto la maraha
Wakichekelea wataalam waliokataliwa na kichungi cha siasa

21

KURA ZA KESHO

Katika nyanda ambamo darubini ya kabila hushauri moyo
Vifikapo hivyo vikao vya kugawa kofia za rangi pendezi
Maamuzi hayafuati shahada na maarifa yang'aayo juani
Hayaongozwi na maadili yametayo, tabia inukiayo uturi,
Inahitaji jina libebalo mahadhi ya kabila livumalo wingi
Kundi lako liwapo dogo kutoweza kujaza kiganja kura
Jina la baba lisiporindima kwa mawimbi ya umashuhuri
Kutaraji kuketia kiti cha mbabakofi au msaji juu ya zulia
Kupatiwa meza inayotangazwa kwa bendera barabarani
Hiyo ndoto, haitofautiani na kasri ya mchanga ufukweni
Hizo nyadhifa, zinazometa taadhima na kulainisha nyuso
Hizo ni hidaya za waendao mbele kwa nyenzo za kabila
Hizo ni tunu kwa vizazi vipya vya walioshangiliwa jana
Hivyo ni vyambo katika ndoana za kuvulia kura za kesho

HILO NI JINA LA WAPI?

Katika taifa nilipendalo kwa moyo na mtiririko wa damu
Inaposadifu fursa ya kutambulishwa au kujitambulisha
Punde utamkapo jina lenye mahadhi matamu ya asili
Kiumbe mgeni hufanya hima kusaili,"Hilo ni jina la wapi?"
Homa kali ya akili inayosambazwa na virusi vya ukabila
Ikimsukuma kutafuta habari zitayojaza utupu wa fahamu
Kusudi akuweke mahali maalum katika ramani ya uhambe
Ndivyo huenea ndwele aliyopanda mwasisi wa bendera
Ikaimarishwa na aliyefuata nyayo za usaliti wa ndoto asili
Badala ya kucheza ngoma yenye mpwitopwito wa utaifa
Tukawa watu wa kuuliza habari zisizoulizwa nchi nyingine
Huo sasa ni mmojawapo wa mivo inayotatiza njia tupitiamo
Mivo ambayo hatuitafutii mchanga na saruji ya kuijaza
Kusudi, badala ya nchi kwenda kwa mwendo wa kobe
Iende kwa kasi laini ikishangiliwa na wazee na vijana

WANAOGHURA

Kusindikiza mwenza kwa wimbi linalotosha la taadhima
Ni wajibu wa walio hai kwa mwanadamu aliyeghura dunia
Tuliyetembea naye viatu vikigota barabara kuu ya maisha
Anastahili kuagwa kwa kupungiwa heri ya "Safari njema!"

Kuwafaa katika kubeba jakamoyo waliovamiwa na mkasa
Ni miongoni mwa sifa aali zitambulishazo wenye fahamu
Na kuwatenga mbali na dunia ya kula, kunywa na mengine
Katika jamii ya kima, kongoni, nyumbu, nyamira na twiga

Wema ungawa dira ya kutuongoza kwenye njia ya ujirani
Upokeapo mkururo wa arafa za kuchangia hata usiowajua
Ualikwapo na waonao mkono wako ni mwepesi kwa kutoa
Hapo hisani yako haitapewa thamani - itakuwa ni ugulagula

Masindikizi aali yapangiwapo gharama zikageuka mzigo
Zipendekezwapo jeneza ghali kama dhahabu iliyofuliwa
Bajeti inapopanda angani kama ya kununua ndege au meli
Hapo, kutoa sana, si ukarimu, ni kucheza ngoma ya uzuzu

Marafiki na wenza wagharamiapo zaidi ya aila wenye uwezo
Jamaa waliofiwa wanapobana pesa katika akaunti za almasi
Mchango wa wasaidizi upandapo na kuwa akiba ya baadaye
Hapo watoaji si wahisani bali gulagula waliotekwa bakunja

LA!

tunaonoa akili kwa tupa za
tunaotumainia wakweze nchi
tunaotegemea wasafirishe wananchi
badala ya kuwa mwenge ya kutoa
wanatia nyoyo zetu kinyaa

mihadhara na mitihani chuoni
kwenye ngazi ya maendeleo
hadi vilima vya matunda na asali
mwangaza wa matendo mema
kwa visa vyenye uvundo

maandano ni kutunisha misuli
maandamano ni kukaza makano dhidi ya ukuta wa maonevu
maandamano si kuhujumu kwa mawe wenye magari barabarani
si kuvunja maduka kwa mawe na kupora jasho la wanabiashara
si kujitoma hotelini kuwania chakula kama genge la mazuzu

maandamano ni kuunga sauti pa-
maandamano ni wimbi la kutetea
maandamano si vitisho vinavyo-
Si kuwakamua bidhaa azizi na
Unapoona hayo, mkono wa akili

moja kuuliza maswali nyeti
mnyonge anayesongwa
tetemesha madereva maini
kuwachopoa hazina mifukoni
hushika kalamu na kunena, "La!"

WAKALA WA KABURI

Milioni kwenye siri haramu, furaha kwa waporao mashirika ya
    walipaji kodi
Kusambaratika kwa huduma za umma, kuporomoka miradi ya
    taifa, machozi
Kwenye akaunti za makuwadi wa serikali, milioni zisizoelezeka,
    ujenzi wa makasri
Milioni zisizohesabika zilizofichwa katika nchi za nje, mijengo
    Ulaya na Marekani

Sare za nili za wanaume, nyeusi na nyeupe za wanawake, kofia
    nyeupe zenye nembo
Kusimamishwa matatu, tabasamu motomoto, mikono ikikutana na
    mikono kwa ujanja
Kuendelea na safari kwa kweche bila breki thabiti, kurutu kwenye
    usukani, bila uzima
Baadaye, nyende na vilio kwa baadhi ya abiria; kwa wengi, kimya
    cha waliokata roho

Kazi kwa wasio na ujuzi, bongo-lala wenye vyeo
    vinavyometameta kama nyota
Majivuno ya kuwa na kazi nzuri bila kutoa jasho, utamu haramu
    wa nipe nikupe,
Nyumbani, kuoza wenye ujuzi wasio na mifuko ya kuhonga, viatu
    kwenye lami
Ujuzi unaoota mlale baada ya kufungiwa nje ya kumbi zalishi,
    shakawa iliyoumuka

Kwenye rafu za kuhifadhia dawa hospitalini, bidhaa bandia
    zisizoponya, ujanja
Tiba halisia hospitalini hutoroshwa kwa mipango, biashara ya
    chini kwa chini,
Masumbuko, miguno miongoni mwa wagonjwa, "Rudi kesho!",
    "Njoo wiki ijayo!",
Uchungu usiokadirika, masika ya mashaka, mwisho wa safari ya
    maisha ya yahe

Ujenzi wa barabara kwa njia za mkato, kuo pana, mivo yenye
kina, mitego ya mauti
Kwenye karatasi za wizara husika, mihuri ya wahandishi
waliooza, wakala wa kifo
Kwenye usukani, juhudi za kukwepa shimo zinagonga mwamba,
chuma kwa chuma
Rambirambi kutoka kwa serikali, vitisho vya kuchua hatua kali,
keshowe, damu zaidi

Kuhujumiwa uchumi na matapeli, kuparara maisha ya akina yahe
milioni nyingi
Umaskini unaotutuma, watu kujitapiatapia kwa mbinu nyoofu na
songosongo
Mashaka kwa vijana wa kike, masharti magumu kutoka watalii,
maradhi bila tiba
Nyoyo za majonzi, nyimbo za maombolezi, mazishi ya mkata
asubuhi ya maisha

Barabarani, wauaji, zao la itikadi iliyoteguka katika mtambo wa
kupimia mantiki
Kupita vizuizi baada ya kuzungumza lugha laanifu ya chai, na
walinda sheria
Silaha na bidhaa za kuundia mabomu kupita rahisi vizuizi kadhaa
vya polisi
Nyama-choma kwa waliochotewa, mtapanyiko wa miili kwa
wanaolipuliwa

Wakaguzi wa mijengo wanaendesha masigingi baada ya kuvuma
haramu
Mijengo waliyokagua inaporomoka hata kabla ya kumaliza safari
ya kupanda
Damu inatiririka, mazishini machozi yanabubujika, waashi
wanaacha wajane
Keshowe, kisa kingine katika magazeti, mauti katika mtaa
mwingine jijini

JANGA

Ole wetu, majira ya kupiga kura, macho yetu huota kuvu
Hayaoni zaidi ya masafa mafupi kutoka tusimamapo
Hayaulizi kesho, jua lichomokapo, hali itang'aa angani
Itajaza moyo matumaini yanayometameta kama nyota
Au itafunikwa na utusitusi jeuri bila mwisho machoni?

Badala ya kutumia ratili nyerezi ya kupimia wagombezi
Bila kuchunguza hulka ya watetezi wajao kwa kujitwasa
Tunawatathmini kutokana na ukarimu unukao uzandiki
Hatudadasi walivyopata makasha ya noti mpya za benki
Haijalishi kama waliuza bidhaa halisi au figo za fukara

Badala ya kuzingatia maslahi maangavu ya taifa zima
Badala ya kuungana tutoke kwenye bwawa la machozi
Tunaangalia matakwa ya kibinafsi yasiyodumu juma
Tunapigia kura jamaa, jirani, mwanaukoo au shemeji
Hatujali kama ni zuzu, mwanamihadarati au jambazi

Ndicho chanzo cha wanyama wenye hamu kama nguruwe
Hayawani wenye tumbo zenye lindi linalopiku Kilindini
Afriti waelewao wachomoapo noti na kututupia chambo
Tutawachezea ngoma ja waliozugwa akili wakawa mazuu
Kisha tupiganie makombo tutupiwayo kwenye tope chafu

Sasa, afriti wa dunia ya mihadarati, wakala wa makaburi
Waporaji wa ghala la umma kwa reki thabiti ya ufisadi
Matapeli wachinjao ndoto za waezekaji kwa jisu la uroho
Wendu wadhulumuo wanawake na kwa inda kuwalaumu
Hawa ndio tuvishao koja la shangwe na vigelegele teletele

Katika vikao vinavyonuka ufyosi visivyokoma sokomoko
Katika kumbi za taifa na mabaraza ya ugatuzi wa uporaji
Matusi, vita kwa viti, miswada iliyoinama ja popo pangoni
Akili zinazotawaliwa na uzumbukuku au ukungu wa vileo
Ndilo janga tugharamialo kwa jasho linalozidi maji ya ziwa

MBEGU ZENYE VISAGA

Waliotoa kauli baada ya kukurupuka nyumbani bila chakula
Walioweka alama karatasini baada ya kukauka katika foleni
Wanaendelea kunyong'onyea bila dalili ya anga kubadilika
Wanaoomboleza kwa machozi baada ndoto yao kukata roho
Wamekonda miili ina sura ya magome makavu ya minga
Matumaini yao yamekauka, ni mabua ya muhula wa ukame
Janga lililoje kufuata utamu hasiri wa vyambo vya bazazi
Huu ndio mkasa wa kukubali kulishwa asali yenye sumu
Haya ndiyo mavuno baada ya kupanda mbegu zenye visaga
Ndio msiba tunaorutubisha kwa mbolea kila nusu mwongo

KIZIMBA CHA HAYAWANI

Wazalendo waliokerwa na ulafi kayaya wa tuliotuma
Wale ambao mchana kutwa na usiku kucha wanateswa
Sio na juhudi za kunafikisha kazi walipwayo kufanya
Bali na tama inayotutuma kama radi mvua ya masika,
Baada ya kuwalinganisha na koo kadhaa za wanyama
Walionelea wanafanana, shilingi kwa ya pili, na nguruwe
Wakaamua kuanika ukweli wa uvumbuzi wa hadharani
Wakapaka lami damu kufurahisha wapendao kuramba,
Tukaona picha kwenye vyombo vya habari vya nchi
Tukazitathmini kwa kuzipima kwenye ratili ya mantiki
Akili ikanena, "Hewala, kumbe hili taifa halina bunge
Tumefunzwa vyema, hicho ni kizimba cha hayawani!"

MBEGU YA DAMU

Bunduki ya polisi ilipolia na mtutu kutoa moshi na harufu
Uwi wa moto ulipozima kandili ya maisha ya waziri mkuu
Mwanajeshi alipokwepua hatamu kwenye miali ya alfajiri
Alipojitangaza kuwa mkombozi wa umma uliozoea machozi
Ulifunguka mlango wa kuingiza msafiri katika njia ya mauko

Kitimbakwira alipoleweshwa na tembo kali ya mamlaka
Alipotawala kwa viganja vya chuma kwenye koo za watu
Vikaragosi walipomwimbia nyimbo na kumwongezea wehu
Alipoona wananchi wakijikunyata na kunyea alipokohoa
Hapo mbegu ya mkasa ilianguka kwenye udongo wa rutuba

Kitimbakwira alipofunga kila dirisha lililoleta mwangaza
Alipofurahia kutawala katika giza lililotutuma kama radi
Alipokaba koo kila mtoa sauti yenye kupulizia nchi uhai
Alipozika wazalendo hai katika mchanga wa Hargheissa
Mbegu ya mkasa iliendelea kuota mizizi mirefu na imara

Joto lilipokithiri wananchi wakashindwa kumihili harara
Kinyume na imani ya waliokumbata hatamu adhimu
Pulizo za watu zilizaa kimbunga ambacho hakingezuilika
Dola iliporomoka na kuanguka kwenye mvo wa matope
Mbegu ya damu ilipata rutubu ya kustawisha mti mzima

Mahakama za itikadi ya kidini zilichipuka kutoka ardhini
Nchi ikalipuka ikawa vigae vikigongana kimoja kwa kingine
Vumbi kutokana na mieleka na mateke likajaza anga ukungu
Wakimbizi wakavuka mpata kwa wingi kama sungusungu
Jirani mwema akapokea mawimbi ya viumbe walionyauka

Punde likazuka kundi jipya lenye itikadi potovu ya kidini
Ukajiri msimu wa giza totoro la uendawazimu na damu
Nchi ikawa jahanamu inayochemka shakawa isiyokoma
Kichaa kikavuka mipaka eneo zima likakosa usingizi
Wakahitajika wazima-wehu kutoka Umoja wa Afrika

Majabari wa taifa wakolevu ujasiri wamewaendea hasidi
Pamoja na wakala wengine wa amani wa Umoja wa Afrika
Wanapambana na kichaa katika miji na mbuga za miiba
Matumaini ya ushindi na kukoma tufani ya uendawazimu
Yakimetameta mbele yao kama ngandu ikiongoza wasafiri

KIJANA OTA!

Ota, kijana ota, usiogope mabawa ya ndoto jamali
Ota kwa akili na moyo, hizi mbili zishikane mikono
Ota, urutubishe ndoto kwa michirizi adimu ya jasho
Ota, ukienga anga, ukiamini unaweza kupaa ja mwewe
Ota, msemaji nimeota nikaghura bonde bahili la jana

Ota, kijana ota, usiogope mmeremeto azizi wa ndoto
Ota, kwa imani iliyoumuka na kujenga tumba adimu
Ota, ukiwa bado macho, epuka ndoto za usingizini
Ota, ukisimama juu ya kingulima jamali cha maadili
Ota, ufuate mfano aali kesho uso wako unang'anike

Ota, kijana ota, amali ya wazazi isikuzuie kuota
Ota, usijinyime kuota ukiona baba ni muuzaji makaa
Ota, hata mama awapo mchuuzi wa mgongo-wazi
Ota, usife moyo kwa kukumbuka kunguni na chawa
Ota, ndoto iwe roda ya kukukweza mbali mlimani

Ota, msichana ota, ujihimili kwa riziki yenye taadhima
Ota, usijione mnyonge wa dawamu kushikwa mkono
Ota, ukitembea kifua juu ja jemedari mwenye fahari
Ota, ukishika usukani wa maisha na mguu kichapuzini
Ota, usishawishike kukwepa ndoto ya kuota mabawa

Ota, kijana ota, hata wazazi wawapo wataalamu adimu
Ota, hata mamako awapo msomi anayedondoka nadharia
Ota, usiseme hutaota kwani babako ni gwiji wa upasuaji
Ota, hata wazazi wawapo mawakili wenye akili za fataki
Ota, hata wavyele wawapo maprofesa wanaomeremeta

Ota, kijana ota, usidharau ndoto kwani wazazi ni wakwasi
Ota, jasho lako likulishe badala ya kuning'inia waliokuzaa
Ota, hata wavyele wawe na makasha ya dhahabu na almasi
Ota, ujifae, usibaki kuotea siku ya kushuka jenezani wazee
Ota, ufume maisha jamala kwa zari nyerezi za ndoto azizi

Ota, kijana ota, usikubali kupoozwa na virusi vya wasioota
Ota, usiwe wa kunepanepa, jione wewe ni fimbo ya mpingo
Ota, kujiamini kukitoa cheche ja mtambo upigao chuma msasa
Ota, ukijiambia walikofika wametametao ndiyo yako hatima
Ota, ufurahie maisha angani kwa mabawa yako ya mwewe

KATHWANA

Soko la barabara moja na nusu, mawimbi ya vumbi
Maduka machache ya mawe, nyumba za fito na matope
Ndoto ndogondogo zilizochomwa na jua na kukwajuka
Umati siku ya uuzaji na ununuzi wa mazao na mifugo
Mapato ya wanakijiji yasiyojaza kiganja cha mtoto
Sura zenye kunyanzi za uhaba unaolindima nyumbani
Uminyivu wa mawingu ya mvua, miali mikali ya anga
Miongo ya sera zisizoweka uwezo mikononi mwa wakazi

Kikaoni Kiserian, katika mkutano wa kujiandaa
Sauti moja, Kathwana, iliinuka juu ya majina wenza
Ikavutia kwa uketo, ikawa kauli nyerezi ya kundi
Mkutanoni Chuka, kwenye ukumbi wa maamuzi
Kathwana, ukapeperushwa kama bendera mlingotini
Rangi yako ikavutia macho kutoka pembe kadhaa
Mpinzani wako, mlezi wangu, akagonga mwamba
Ukatuzwa medali ya dhahabu na kuvishwa koja adimu

Sasa pepezi za upepo wa ndege nzuri zimeanza kupiga
Watafutaji ardhi, wakilenga mbele kupitia darubini
Wanapitana kama vipungu juu wa uwanja wenye nyama
Kwa majirani wa soko, kwa wenye mashamba ya karibu
Kwa wenye maganjo yenye ushahidi wa mafiga na jibu
Milango ya bahati imefunguka, inaingiza mwangaza
Wanavuna matunda ambayo hayakutarajiwa jana jioni
Nyoyo zinawapwitapwita kwa mdundo wa maridhiko

Ewe Kathwana, soko lenye bahati nasibu kama mtende
Utakua uwe mji wa kuvutia macho ya mkazi na mgeni
Utakuwa na sura ya kutajika kwa jina lenye miali aali
Utakuwa na mijengo inayotumbuiza macho kwa umbuji
Utakuwa na amani izaliwayo na kijani kibichi kilichokolea
Au utavuta maungo kemikali za sumu ya utovu wa maadili
Kwa fujo, zikipitia kooni na kulowela mapafuni na moyoni
Na kukugeuza muwele anayesumbuka kwa kusosa hekima?

MAKAO MAKUU YA KAUNTI

Kathwana, kutokana na kiu kikali cha kujua yatayojiri
Kwa kutotaka kukaa kitako macho nimeyafumba
Kwa kutohiari kusubiri hadi mambo yawe songosongo
Nauliza maswali yanayosaili dira ya kuongoza safari
Nijiepushe na sifa ya msomi asiyejua zaidi ya taaluma:

Kathwana, mji mkuu wa kaunti, utakapokita mizizi
Utafurahia barabara za lami zilizopambwa kwa miti
Utakumbatia kijani cha mikwaju, mijunju na mitini
Au watembeaji watakuwa wakichekwa na miali ya jua
Badala ya kutembea vivulini wakitumbuizwa na ndege?

Barabara zitakuwa na misuli ya kubeba uzani wa magari
Kutakuwa na mitaro ya saruji ya kusindikiza maji ya mvua
Au madereva watajiambia, "Laiti gari lingekuwa mtumbwi
Ningetafuta upondo wa mkoko, mwangati au mnyunyu
Au kufunga injini nyuma ya chombo kurahisisha mwendo?"

Chini ya ardhi kutakuwepo na mifereji ya kuaga maji taka
Ili yafikie mabwawa ya kemikali za kumumunya uchafu
Kusudi kuzuia kutotokeza machoni ukweli wenye jina pujufu
Au mikakati ya wahandisi na mafundi itakuwa songosongo
Mboni za macho na mianzi ya pua zibakie kulaani dawamu?

Usiku, mwangaza utatamalaki barabara kubwa na ndogo
Wakazi wafuate mdundo wa maisha bila kujali ratiba ya jua
Watimize maagizo ya nyoyo bila kuwepo mipaka kiholela
Au baada ya utusitusi wa jioni, mji utakuwa dimbwi la giza
Hamu ya kutembea nje ya nyumba inyongwe na wasiwasi?

Mijengo itasarifiwa na weledi waliozamia taaluma
Itakuwa na ubunifu wa kunata macho ya mtazamani
Ujenzi utadhihirisha nidhamu na uzingativu kanuni
Au utakuwa segemnege unaokereza macho na hisia
Sokomoko ya vioo, mawe na chuma zinazojitokeza?

Kutastawishwa maeneo ya mawimbi ya kijani kibichi
Mji upate kichungi cha hewa kwa ujuzi wa maumbile
Amani iishi katika mapafu ya watoto na watu wazima
Au mji utakuwa nembo ya dharau kirihi kwa maumbile
Vurugu bila nyimbo za ndege, bila nakshi za vipepeo?

Kutastawishwa bustani za kutumbuiza macho na hisia
Makao ya mawaridi, vilua, asumini, futafuta na vinamosi
Maua ya kuvuta kwa nguvu kali mboni na mianzi ya pua
Au wapangaji mji watatekwa nyara na uroho na faida
Tuishie na utengano baina ya binadamu na mazingira?

Itapandwa miti inayotambuliwa na koo za ndege wenyeji
Ninga, kwembe, katadole, wanana, kwezi na zuriwanda
Wajenge maskani, waishi na kuzalia vizazi vya kesho
Au itapandwa miti isiyotambulika na wanamabawa wakazi
Wageni wasiofahamika na janibu za mabawa au wadudu?

Wapenzi wa theata, mashairi na midundo ya ngoma
Wazungumzao na turubai kwa brashi zenye rangi
Watapata mijengo itayopeperusha bendera ya usanifu
Au mji utaishia kuwa na vitumbuizi vya mio na tumbo
Pasipo madhabahu ya kulishia akili machopochopo?

Watakaoketi vitini kwenye kikwezeo kikuu cha kaunti
Wataongozwa kwenye vitendo na mshale wa dira ya haki
Watatembea katika njia iliyopambwa kwa maua ya usawa
Au watakuwa na mwenendo wa kujaza nyoyo kibuhuti
Badala ya mji kuwa chemchemi isiyokauka faraja aali?

KIMBUNGA CHA MISIBA

I

Kwa takribani miongo mitano ya pete za ndoa
Mithili maji katika mto bila maporomoko
Maisha yalitiririka kwa mwendo bila povu
Bila yoyote nyumbani kuchokozwa na ndwele
Bila ya adui kaidi kuleta machozi nyumbani

Kwa mapato ya amali halali za chaki na jembe
Karo ya shule haikuwa mzigo katika maisha
Watoto walisoma bila vikwazo barabarani
Vyeti vya shule vikawa ndio mtindo nyumbani
Shahada za vyuo vikuu zikaanza kumiminika

Waliotangulia kuona mwanga wa jua la maisha
Wakawa si watoto tena bali ni wenye utu-uzima
Wakaanza kuona na kudaka wenza wa nyoyo
Wazazi wakapata fursa ya kucheza na wajukuu
Nyoyo zao zikanang'anika kwa wingi wa furaha

II

Kijana aliyepigana mieleka na vitabu akafaulu
Hatimaye akachuna shahada na kuitia mfukoni
Jicho la Benki ya Taifa lilimwona anapendeza
Akapata kivuli cha kumstiri joto la jua la uhitaji
Maisha yakatulia katika pepezi za kujikidhia haja

Baada ya muda wa kula fungu na kuweka kinungu
Alijiunga na waliomiliki magurudumu ya kibinafsi
Ikawa furaha kwake na kwa kipenzi chake cha moyoni
Matumaini ya kuwa na maisha ya kisasa yakaimarika
Mama watoto akaonea fahari uteuzi wake wa mume

38

Safari kutoka Nyahururu hadi Tharaka ilinyooka
Ya kurejea kazini ikawa na mkosi wenye ujanja:
Gari la kijana liliamua kuasi maelekezo ya usukani
Wayo wa mhudumu wa benki ukakumbwa na mkosi
Mfupa ukaalika kutangaza maisha si njia nyoofu

Alitibiwa kwa sindano, dawa na bandiko la saruji
Kumbe mbali na macho katika lindi la mwili
Adui aliyeamua kujificha mbali na mcho dadisi
Alipiga chenga mwangaza wa kurunzi ya daktari
Akabakia kimyakimya kwenye giza mwilini

Nyumbani, mwandani aligundua tabia iliyopujuka
Kurejea mume hospitali likawa jambo lenye uketo
Udadisi wa daktari ukafichua sukari kochokocho
Kimyakimya adui iliandama mtiririko wa damu
Tabia za mume zikashangaza macho ya mke

Pendekezo la mke la kurejeshwa mume hospitali
Liligonga mwamba kwenye masikio ya mumewe
Mgonjwa alibeza wosia kwa kutoona uangavu wake
Wazo lililong'ara kutokana na mwanga wa hekima
Likatupwa vumbini badala ya kupokelewa mkononi

Mawimbi ya sumu yalipopanda vidato kwa fujo
Mgonjwa aliporejeshwa hopitali akiwa hajiwezi
Daktari alipambana na jambazi sugu mwilini
Katika wadi, mwanga na giza zikapigana mieleka
Uhai ukarushwa katika lango wazi la kuzimu

Mwili ulipopasuliwa na bingwa wa miili baridi
Kisu kilifumbua fumbo kwa wataalam na jamaa:
Barabara kuu ya kusafiria insulini kutoka wengu
Ilifungwa na kufungika nyundo ya ajali ilipogonga
Mwili ukageuka dimbwi kubwa la sumu ya sukari

III

Hakuwa mpwa tu, alikuwa sahibu wa thamani
Tulishiriki katika mengi kwa kuchangamkiana
Zilikuwepo nyingi bashasha na vicheko vikaoni
Tete za ndimi zilifurahi na mio kuchangamka
Tulitakiana mema na kufaana mmoja alipokwama

Matembeleano yangali kwenye kumbukumbu
Familia zetu zilikutana na kuchangamkiana
Tulikula mezani moja tukijenga utangamano
Tulikunjua hadithi tukimulika sura za maisha
Ukawepo urafiki mbali na uhusiano wa damu

Simu iliponikata usingizi usiku ulipojigawa katikati
Viwambo vya masikio vilitembelewa na sauti tulivu
Punde nyundo ya jakamoyo ilinigonga kwa ukatili:
Miali ya jua la uhai wa mpwa ilizimika barabarani
Maiti ilikuwa ishapelekwa jengo la kuhifadhia wafu

Mchana ulipofukuza usiku kwa rungu za mwangaza
Nilichomoka nyumbani hadi barabara ya kibuhuti
Nikaona bidii za mpwa za kukataa mwito wa Izraeli:
Kutetea maisha, alipeleka nusu ya gari nje ya lami
Ila mauti haikulegeza nia, yalifaulu kumpiga kumbo

Jidude la chuma la kikosi cha wanamaji wa taifa
Likiendeshwa bila taa au ishara kwa watumiaji njia
Mwenye pipa la tembo tumboni akishika usukani
Lililenga mpwa shabaha licha ya kutorokea kando
Papo hapo, mgoto mkali ukamzima miali ya uhai

IV

Alikuwa na ndoto ya kufuata nyayo za baba mdogo
Kwa kujituma, alivuka kihunzi cha shule ya msingi
Juhudi zilifua dafu dhidi ya mtaro wa shule ya pili
Kwa fahari, akajitosa katika chuo kikuu cha umma
Akaogelea katika bwawa la jazanda na tashibihi

Baada ya miaka minne ya juhudi zenye cheche
Mkononi akishikilia dira ya kumwongoza safari
Alifuata njia bila kupotea kwenye mizingozingo
Bila kujikwaa, aliingia kwenye uwanja wa kufuzu
Akajipamba kwa joho, kofia na mfuko mgongoni

Harara ya hamu ya kuruka katika anga la masomo
Ilipata dawa kwa mwaliko wa chuo kikuu cha mbali
Tukakutana katika karamu ya "Kwaheri ya kuonana"
Tukachanganya mbuzi-choma, vinywaji na vicheko
Tukamtakia nguli kila la heri katika nchi ya Mandela

Mzawa wa wanda za mikwaju, mibuyu na miboza
Mwotaji ndoto ya kufuata nyayo za baba mdogo
Abiria mwenye uchangamfu kama bwana arusi
Aliruka hadi Uwanja wa Ndege wa O.R. Tambo
Chuo Kikuu cha Wittswatersrand kikisubiri mgeni

Miaka miwili ya kujituma kazi mbali na nyumbani
Majira ya macho jasiri kujinyima furaha ya usingizi
Kipindi cha kujikakamua akili si usiku si mchana
Wataalam waelekezi wakimwonyesha pa kupita
Kwa fahari, alifika tena kwenye tumba la kufuzu

Akiwazia kuingia katika awamu ya tatu ya shahada
Jioni iliwasili yalivyo mazoea ya mpito wa wakati

41

Kichwa kilianza kunung'unika kwa kuona uchungu
Mpwa akadharau ushauri adimu wa kwenda hospitali
Akachagua dawa ya kutia mabutu kisu kilichomkata

Asubuhi ilipoingia, mwenzake aliitika mwito wa kazi
Mchana kutwa akawa hajui yaliyoko katika makazi
Aliporejea jioni mpwa alikuwa mateka wa maumivu
Kupelekwa kwa wataalam likawa wazo la dharura
Mgonjwa akafika hospitali ya chuo akiwa hajiwezi

Takwimu za wanafunzi hazikuwa na jina la muwele
Katika njia panda ya kuamua ni lipi lifaalo kutendwa
Wauguzi walijikokotakokota katika kukata kauli
Walipoamua kutafuta huduma katika hopitali ya nje
Homa ya uti-wa-mgongo ikawa imepiga uhai dafrau

V

Sokomoko akilini kutokana na sanjari ya misiba
Maneno ya wakebehi yaliyokata kama nyembe
Maswali ya ndani kwa ndani yasiyopata majibu
Kutoshikwa mkono na wajuzi wa fujo za mawazo
Kumezaa anga la ukungu katika fahamu ya mzazi

Kichwani mwa mzazi aliyeng'aa na kutajika
Baba stadi aliyesimamia nyumba ikawa kielelezo
Kumbukumbu zimeanza kushindwa kutenda kazi
Ratili ya kupimia ni lipi la kukera ni lipi la heri
Imeanza kupata kutu mitange inaenda ikialika

SOMBOMBI

Si mchache wa kusengenya, ni mwingi wa kuchongea na
  kukashifu
Kwa wivu, anabuni masizi na kuwapaka majirani na wenza chuoni
Machoni mwa watu, anajitia tabasamu, anavalia joho la
  ulimbwende
Kumbe ndani ya kinywa ana ulimi wenye panda kama wa mamba
Nyuma ya meno yanayoiga ya binadamu, kuna tezi za sumu ya
  swila

Baadhi ya wenza wenye bidii na mikakati inayometameta kama
  almasi
Wamelengwa shabaha kwa mishale mikali anayotupa kwa uta wa
  ulimi
Anatafuta kila wasaa wa kuburura matopeni majina yao yasiyo na
  doa
Si kazini, si mtaani, si kwa wageni wasiotambua wapakwao masizi
Akikosa chafu la kutema, huona maisha yake yamekosa
  kikamilishi

Labda, ana shida, moyoni mwake, kuna makaa yanayochoma
  daima
Si ajabu, mwili umenyauka kama mti unaoteswa na jua la kiangazi
Sumu ya wivu imeupa uso sura ya ukuni wa muyompo au
  mturituri
Badala ya kuzeeka kwa kupendeza kama wenye nyoyo safi na
  amani
Ana uso wa mzuka anayeigiza mkazi katika kumbi za makaburini

MAWIMBI YA UPWEKE

Jana

Alipopanda ulingo kwa uwezo wa ngazi ya ufisadi
Mshahara na marupurupu yalipokwea na kuelea angani
Alipoona sura yake ikipamba magazeti na viwambo
Manafiki walipompaka mafuta kwa mgongo wa chupa
Alipopata sagingi, dereva na mlinzi mwenye bastola
Aliposalimiana kwa mikono na wenye majina mateule
Alipokula pamoja na vizito katika hoteli zenye mazulia
Akiwa juu, alipoangalia chini, hakuona aliokuwa nao
Aliona vidubwana vya kuhurumiwa na waliokamilik

Leo

Hayumo tena kitini adimu, ameng'olewa ja jino lililooza
Ameshuka yuko chini bila zulia au mkeka wa kukanyaga
Wenza wametoroka, wanamkwepuka kama auguaye ebola
Kwa simu, anawasaka aliokula nao kamba na kambakoche
Hawamwitiki ilivyokuwa alipokuwa mwenza katika anasa
Ratilini, wanamuona kama ujiti ulionyauka na kuanguka
Akiketi mezani haoni waimbaji nyimbo zilizobusu fahamu
Anachoona ni mawimbi ya upweke yakipanda bila kushuka
Hiyo ndiyo ngoma maisha yanayochezea mateka wa ubozi

MACHO NA VIATU

kwa zaidi ya miongo mitatu, hii miguu
imeona ya huku, imeona ya ng'ambo,
kote mabawa ya madini yanifikishapo
maninga ya nikutao hayanikagui viatu,
tusimamapo tukisemezana, tupitanapo
mboni zao hazijitahidi kunitia ratilini;
kinyume cha yanikaribishao ugenini
katika jiji la nchi ya mlima wa theluji
nijiungapo na kundi la wakazi wenza
macho mawili ya aambiwaye jina langu
hayashiki njia kutembelea uso wangu,
yanatumwa na shauku inayofufurika
ja mtilili anazamiaye parege mtoni
yanapiga mbizi hadi kwenye viatu

bila kujikanya
mwenye jozi ya macho
ananiweka kwenye kitanga cha ratili
ndipo aamue ukuruba wake kwangu
katika kusalimiana
na mahusiano

MTU

Wengi katika hili taifa la mlima wa theluji
Hawapimi thamani ya mtu kwa ratili ya utu
Wanasifia wenye mikono ishikiliayo vitu,
Haijalishi kama vimezaliwa na harakati halali
Au vimechunwa kutoka miradi ya gizagiza,
Si hoja iwapo wamiliki wanazima watu uhai
Si hoja iwapo miradi yao inakaba wakata koo;
Ole wetu, nchi isujudiayo wanaong'aa nyuso
Hata mikono yao iwapo miekundu kwa damu,
Ole wetu, nchi ithaminiyo waishio mawinguni
Ikisonya wajisotao kwenye mitaro ya ulitima,
Tupate wapi mnenaji arifu kutoka juu mlimani
Aseme heshima si kuwa na malundo ya mali
Taadhima iamuliwe kwa ratili ya maadili na utu
Anene thamani isipimwe kwa makasha ya mali
Bali iamuliwe kwa darubini ipimayo maadili

VITA KATIKA UA WA HOTELI

Ingawa wahudumu wanavutia kwa unadhifu
Na kwa nidhamu timilifu ya maneno na vitendo,
Ingawa tete za ulimi zinakubali vizuri chakula
Na kiingiapo tumboni hakuwi na vumbi la vita,
Ingawa malazi hayana mshindani katika kaunti
Hayo siyo yanayonipa joto mwanana la ubunifu
Moyoni, nina mengine ya kutangaza kwa wino

Kuna vita ya kawaida na vita vya Almaggeddon!
Mtini-mtoaji-uhai, kwa maksudi au kwa kutojua
Umezungusha gongo la mbuyu mikono ya dharau
Katika juhudi za kutetea uhai dhidi ya shambulizi
Kwa ari, pumzi za mbuyu zinapanda na kushuka
Bali, kwa imani imara, mtini haulegezi dhamira
Haughairi katika mradi wa kuzima mbuyu uhai

Huu si mzozo wa kutoana jasho msimu mmoja
Vumbi halitatifuka na kutulia baada ya mwongo
Mashujaa watapambana kwa miaka na mikaka
Kila mmoja atajizatiti kwa juhudi pasipo kusaza
Hadi katika medani, mshindi amtoe mwenza uhai
Mradi uliopandwa na njiwa au ninga katika utanzu
Ukamilike kwa ushindi wa kimelea bila shukrani

HASIDI KIJIJINI

Alipovishwa kofia ya nembo ya mamlaka
Waajiri wamlitarajia awe dira katika jamii
Njiani awaongoze wananchi kwa maadili
Wafike nyanda za mwangaza na bashasha
Alitazamiwa kuchangia kuleta sura mpya
Ili kata-ndogo aliyoongoza isiachwe nyuma
Kumbe badala ya kuwa taa katika jamii
Angeishi kwa miaka mingi katika utawala
Na kisha kuachia kijiji harufu isiyopendeza
Kutoka uoza uliokwamiza ndoto za watoto!

Alitembea kwa mwondoko wa muungwana
Ungedhani alikuwa mtu mwenye akili aali
Ungemwona kama alikuwa na busara thabiti
Ungechukulia angekuwa mhimili wa familia
Angekuwa mwanga kwa wenza na majirani
Bali aliyotilia maanani kuliko mengine mengi
Ilikuwa kunyofua mbavu-choma za beberu
Na kuinua chupa na kumimina tembo tumboni
Huku akinena kwa ulimi tulivu wa nidhamu
Kama kwamba alikuwa muungwana shadidi

Kutokana na idadi ya wanamarinda kwake
Haipo shaka alisujudia furaha za kimaumbile
Ikawa ndoto za kuotea, kuposa na kuoa
Si shughuli ya kukaribishwa na kukamilika
Ni miongoni mwa harakati za kuonea fahari
Kuoa tena na tena kukawa ni kama lakabu
Kwake uja-uzito ukawa haukauki machoni
Vilio vya wakembe vikahinikiza masikioni

Ungedhani alitaka kupiku kumbikumbi kazi
Au kushinda sungusungu au sisimizi uzazi

Kinyume na wazazi wenye akili bila ukungu
Wanajamii wenye lengo la kuinua hali ya jamii
Kwake kuhimiza na kuhimili watoto shuleni
Kamwe haikuwa ndoto iliyomeremeta akilini
Katika ratili ya kupimia vipaombele maishani
Lilikuwa jambo la uzani wa kidato cha chini
Mtoto amwendeapo akitaka sare na karo za shule
Badala ya kupokelewa kwa tabasamu za mzazi
Badala ya kusifiwa kwa kuwa na nia iliyong'aa
Alikemewa na kuambiwa, "Hayo pelekea Mama!"

Sasa chifu si miongoni mwa watembeao duniani
Ameondoka kupitia mlango usioruhusu mrejeaji
Badala ya kuacha wana wenye mboni zinazoona
Wamesalia wananchi wenye macho ya gizagiza
Mnyororo ya uhalisia sugu umewafunga kijijini
Daima wanakunywa shubiri ya jangwa la ulitima
Kinyume na marika waliokuwa wenye hekima
Ambao wanaishi wakitembea kwa miguu huru
Wakila matunda ya mti waliopalilia wa elimu
Wakichangia kwenda mbele gurudumu la jamii

RAFIKI WA JANA

Baada ya kukwea kwenye ngazi ya nyadhifa mpya
Tuliowapokea nyumbani tukawakinga jua sumbufu
Tuliopigia simu kuwashauri wanunue hazina azizi
Tuliojuza kwa vizito wakavishwa koja la thamani
Sasa, huwapatikani kuongea, ni kimya kama wafu
Simu iliapo hupigiwa kidoko kidondokacho dharau
Ungajitahidi baina ya macheo na machweo, hujibiwi;
Wako gizani, hawaoni baada ya mvua kukoma kuvuma
Si hekima, kwa kiburi, kuchafu pango lililokukinga -
Kutoning'inia mawingu yatishao kwa uzito angani
Hakumaanishi mbingu zimekuwa tasa, hazitafunguka;
Wahenga Tharaka, baada ya kuzama kwenye mgodi
Waliibuka na mkuo uliometameta kama almasi azizi
Waliamba: Mvua ikushambluliapo mbali na nyumba
Ukimbiliapo pango, likufaapo kuliko mwavuli wa duka
Ikomapo, kabla ya kughura, usilitie uchafu usiotajika!

TUMBA LILILOCHANUA

Mwanzoni, katika hali hoihoi, kulikuwa na tumba la ndoto akilini
Niliotea makazi ya kijani, mchanuo wa maua na nyimbo za ndege
Kwa jicho la akili, niliona jasho langu likizaa tunda la ladha tamu
Nilitembea kwenye barabara iliyoundwa kwa imani isiyobambuka
Macho yakilenga nilikojiahidi kufika na kugusa upinde-wa-mvua

Tumba la ndoto lilichukua muda mfupi kuchanua na kupamba
    maisha
Njiti zilichangamka mapema na kutoa shada zilizoteka kwa
    mnukio
Macho yakashangilia, moyo ukaridhika, mpwitipwito wa akili
    ukatua
Uhalisia mtamu ukanifunika hisia za mzazi kwa wimbi laini la
    usalama
Nikafarijika kwa niliyoyaona mchana ulipokutwa na usiku
    ulipokucha:

Kandokando mwa njia ya kuingia mskani, *kamiti* inastawi kwa
    furaha
Kwenye udongo mwekundu wenye siha ndani ya ngome ya kai
    apple
Miti imeitika mwito wa mpenda mazingira, inachangamkia
    maisha
Bila kinyongo, imekubali kupamba bustani kwa sura na rangi
    nyerezi
Imesadifu ndoto ya kuishi pamoja na kijani kibichi, ndege na
    vipepeo

Mparachichi mfurahifu unashindana uani na mrungati
mchangamfu
Kila mmoja anataka awe mshindi katika upambaji wa mandhari ya
ua,
Kibabakosi, *muu* na msanapiti, inatangaza maua ya rangi tatu
tofauti
Tanzu za mikwanga, kama mikono ya kusherekea, zinastarehe
hewani
Nayo miale, kwa furaha na fahari ya dhahabu, imepamba pembe
ya ua

Karibu na gazebo na nyumba ya kuvisha wageni shada la maua ya
utu
Mnga, tanzu zikipinda angani kama zimepangwa kwa ufundi wa
gwiji
Sasa ni makao ya ndege wadogo watanashati kwa rangi na
yombiyombi
Taratibu, ndoto ya kuwa na miti yenye viota na majirani wenye
mabawa
Imetimu na kuanza kufuma darizi za ukunjufu moyoni na kutuliza
akili

Miale inazidi kuvuta kimo ikisubiri kutangaza urembo wa tanzu
komavu
Moyo unajisawishi kuwa mstahimilivu hadi utakapowadia wakati
anisi
Unasubiri siku wanana watapamba nyukuti kwa manjano ya
manyoya
Wakijenga nyumba nyerezi za kufuma zenye milango inayolenga
chini
Kipeo cha urembo wa makazi katika jumuiya pendezi ya
wanamanyoya

Kutilia maumbile mkono katika kazi ya kusafisha hewa kufaidi
viumbe
Kuwa jirani mwema wa ndege na kuwatunuku fursa ya kuaka
makazi azizi
Kuwatunu chiriku na shore maji safi ya kunywa na kuogelea bila
kulipiza
Kuwafaa fubwe, ninga na njiwa katika kukata kiu wajapo asubuhi
na jioni -
Changu si changu pekee, nipatacho huwafariji majirani wenye
kuhitajia!

Furaha ilioje kuona shore wakila tumba za "manukato ya usiku"
kwa bashasha
Kushuhudia ndege weupe, wanene, wakirukaruka wakila lishe
mwangu uani,
Moyo hushukuru nitazamapo kwarara wawili, kwa ridhiko,
wakidondoa vinono
Sikwambii niotavyo manyoya na kukwea hadi kutua katika
upinde-wa-mvua
Nitazamapo vitwitwi katika karamu ya kumbikumbi asubuhi ya
usiku wa mvua

Tayari wageni wamejenga nyumba za siri katika utulivu wa vigae vya
paa,
Kwa asiyejua hatajua wakiingia mchana kulisha wanao wanaovuta
maungo
Kwa ujanja, jioni wasimama kwenye vigae kama kwamba hawana
nia imara
Ila giza lianzapo kutangaza dhamira imara ya kutwaa na
kutamalaki mandhari
Mmojammoja wanapiga shoti hadi ndani ya makazi na kukimya
kama hawapo

Asubuhi, okestra ya ndege wa janibu tumbitumbi, inapamba ua
  kwa muziki
Asipojikumbusha, aliye kitandani, atadhani yumo katika hifadhi
  mbugani
Akilini, ataona paa wakitembea au kusimama wima kufikia majani
  tanzuni
Ataona mbuni wa kiume na kike wakimandari kwenye nyanda za
  mijunju
Ataona kundi kunjufu la kanga, kerengende au kwale
  wakimiminika weuni

Sijui ni makabila mangapi ya vipepeo niliyo nayo ujirani mwema
Ila wanaona weupe na wa rangi rangile angani wakiruka kwa
  utuvu
Nimewaona baadhi wakivaa sanaa bila kifani katika tanzu za miti
Kama kwamba mkono wa maumbile unapiku mkono wa Van
  Gogh
Wakapiga picha zilizosalia kama hazina katika kamera
  iliyonitoroka

Kwa hamu inayong'aa, nasubiri yombiyombi wajenge mtaa
  kwenye mnga
Macho na masikio yawafuate katika hekaheka za burudani za kila
  uchao
Wakiita na kuitika kwa ufasaha kwa lugha isiyohitaji ndimi na
  koromeo
Usemi unaoeleweka na wakazi wa maskani ya nyasi kwenye njiti
  za miiba

UPWEKE WA MABWANA WA JANA

Mamlaka ya kukabidhibiwa kwa mkono wa wakati
Mara hutawanywa na mawimbi ya upepo mpya
Waliozoea kuketi katika ulingo wa tumba la faraja
Hushuka na kuengaenga wakitafuta mbasi wa jana
Hujipata wamesimama pekee kwenye jangwa kejeli
Ndipo hutanduka ukungu uliowatamalaki machoni
Wakaamba, "Wameendapi tulioketi nao bashashani
Wako'pi marafiki zangu tuliozoeana kabla ya cheo?"
Kumbe waliokula nao machopochopo hawakusalia
Waliyeyuka baada ya mwondozi kuondoa sumaku
Nao aliodhihaki baada ya kuvishwa koja la mamlaka
Aliozimia simu kabla ya kuhamia kwa nambari mpya
Walionyimwa majibu kwa maongezi au kwa arafa
Hawakuketi chini ya mwembe wakingoja mwapuuza
Usahibu uligeuka muye, nyoyoni wakafuta aliyewabeza

VYEO

kwa asiye na akili aali,
ni kifundiro cha zabibu,
humtoa duniani, hum-
humteka, hujiona
mienendo ya jana
huonekana tambara,
hujipamba mikogo
uso hupaka uluwa,
huwa na ugwadu
baina ya midomo
huwa ni mwiko,

kutajika, ni rafiki ayari,
huyeyusha ubongo
tua ughaibuni, hadaa
mwenza wa nyota,
njia za zilizong'aa,
huvurumishwa jaani,
hujigubika mikiki,
hujigeuza kibibi
hupiku embe bichi
kusema na "yahe"
milio ya simu

hupigiwa vidoko,
nambari ya jana
huwa mahame
nambari mpya, kwa
wateule, hubaki siri
kwa "msisumbue!"
umtakapo salamu
humdondoka ufidhuli
hilo huwa, hadi ikasibu hatima
chemchemi ya bahati nasibu ikakauka
akapukutika kama jani kavu la mkungu,
Akapokelewa na tope la ukiwa mbali na sifio

KIWANDA CHA MAUTI

Kwa lugha iliyopakwa asali ya maua ya minga
Wageni waliovalia majoho ya darizi za urafiki
Wametangaza nia ya kutuvika shada la maua:
Wanadhamiria kuimarisha uwezo wa kiwanda
Kusudi kutuongezea bakuli za mchuzi nyumbani
Na kufurahisha Ofisi ya Mtosa Ushuru wa Taifa;
Matamshi yao yamewasha tabasamu za wananchi -
Wanatarajia matunda matamu ya mti wa ukarimu
Tangazo limemulika anga kama kichea cha baraka
Kama asubuhi shwari baada ya usiku wa masika

Ng'ambo kulikoota kampuni tarishi wa mauti
Kushawishi watu kuvuta sigara ni jambo halali
Kufuliza moshi hadharani ni kuchokoza sheria
Na wapendao kutuliza akili kwa majani ya sumu
Wamepungua, haipo tena milolongo ya zamani;
Maghala yaliyohifadhi gunia za mauti za tumbaku
Sasa ni magofu, biashara ya jana iliporomoka,
Yaliyokuwa mashamba ya kulima mmea wa kifo
Yametwaliwa na mazao yasiyofarakana na uhai

Kufidia matapo yaliyovukizwa na joto la sheria
Wajanja wamehamisha biashara ya majeneza,
Badala ya kuja na nyuzo zinazotangaza huzuni
Wamejifunika barakoa za malaika wa ukarimu,
Barabarani wanapoona vikwazo vya sera nzuri
Wanavitoa kwa nguvu za kambarau ya hongo
Kusudi biashara ya kupalilia vifo na ulemavu
Inawiri katika nchi zinazokaliwa na umaskini
Kwa faida ya chumi za kupe ulimwenguni

KILABUNI

Vituko vya dunia, uvundo wa ulimwengu:
Karibu nami, mwenye joho la uugwana
Suti ya gharama ya mfuko wenye lindi
Kichwa kichonyolewa na kuacha upara
Kichwa kinanachongaa kama changara
Kitini, mkao wa anayesema: Nimefaulu!

Tulipokutana Kilabuni mara ya mwisho
Nilipotoa kauli ya kirafiki, "Pewa kinywaji!"
Alipofunua kinywa, alitangaza, "Chivas!"
Akapata agizo, akashukuru kwa tabasamu
Bili ilipokuja, bila huruma, ikanichoma -
Bei haikuwa bei, ilikuwa mkuki kifuani!

Leo, yuleyule, kwa uwezo wa mfuko wake
Mbele yake, sioni Chivas bali Tusker Malt
Macho yenye wingu la zambarau ya haya
Kwa ujanja, yanajaribu kupiga yangu chenga
Kwake, Chivas, kileo ghali, ni cha kununliwa
Pombe ya kujinunulia, ni Tusker Malt!

RAFIKI AU KIREMBO?

Hunipigia simu changamfu majira maalum
Hunitumia kadi nyerezi za mialiko inayometa,
Kuwapo na halaki adhimu nyumbani akaapo
Huwatangazia waliopo tulivyosafiria njia moja
Huwatajia tulivyokuwa wazazi wenza shuleni
Hudokeza tulivyo ja wazawa wa tumbo moja;
Akili yangu inakerezwa na msumeno wa swali:
Kunialika kwa kadi zinazoletwa hadi mikononi
Kunimulika wageni wakutanikapo asakinipo
Ni urafiki thabiti kwa mizani ya ratili ya moyo
Au uangavu wa jina langu machoni mwa umma
Kwake ni madhabahu adhimu ya kupiga picha,
Mie ni rafiki akumbukwaye pamwe na masahibu
Au kama mkufu wa dhahabu uning'iniao shingoni
Kama pete ya almasi ichezewayo na miali ya jua
Mimi ni kirembo cha kuvaliwa kwenye sherehe?

MTAMBO ULIPOCHOMEKA

Umaarufu wake, sifa zake za kitaaluma
Zilivuma mithiliya ngoma ya msondo,
Ujuzi wake wa sheria, ufasaha wa lugha
Ulikanda akili za sahibu na wahudumiwa,
Alipopekuapekua na kudadisidadisi kisa
Alipetua yaliyofichika ukweli ukaja juu,
Alipolenga shabaha na kutimua mwendo
Alikuwa kifaru njiani akiangusha mitini,
Umahiri wake miongoni mwa waliometa
Uling'ara kama taa ya thamani shadidi,
Ukuruba wake na washika hatamu adimu
Ulikuwa chemchemi ya machopochopo

Alikolea utashi wa mashavu teketeke
Hazina yake ikawa ute kwa vipepeo,
Siku za kuzuru kasri yake nje ya jiji
Walimwandama vidosho wa kuchuja,
Fashifashi zilipamba wikendi za wakili
Mbali na manukato ya mama-watoto

Ilipotimu awamu ya kimanzi mtangazaji
Ndume alikata shauri kudhihirisha ujagina
Alidhamiria kujenga mnara mrefu wa sifa,
Jogoo alijiimarisha kwa kumeza alichomeza
Awe nguli wa kukumbukwa vikali na kipusa
Aitwe nyamaume angurumaye kuliko simba

Milango ilipokaribisha wenye nyoyo laini
Ilipogonga nguzo kutenga ndani na nje,
Funguo zilipoalika kutangaza dunia ya siri
Ulimwengu uchanganyao hisia kuunda tumba,

Wawili walipoanza safari ya kupaa angani
Walipokanyaga vichapuzi kwa ukakamavu,
Mtambo wa kupiga damu ya rubani mkuu
Ulijituma kazi kwa nguvu zilizovuka mpaka,
Kama injini jasiri iliyogomewa na kabureta
Ukaungua kwa joto la nyuzi nje ya mazowea,
Huo ukawa mwisho wa mruko katika uwingu
Zikajiri rambirambi na maua kwenye kaburi

ROSHANI

Sitembei na kupanda ngazi kuitafuta rafiki yangu Roshani
Nifunguapo mlango, nakaribishwa kwa pepezi za sahibu,
Ndilo agizo nililoweka mikononi mwa msarifu nyumba
Akatekeleza vyema, mjenzi akatimiza hadi maridhiko

Miali michanga ya jua inayotumwa kutangaza mchana
Hunikaribisha kwa uchangamfu unaojaa bashasha halishi
Hewa iliyochungwa kwa kichungi cha thamani cha usiku
Hunipokea kwa tabasamu nyerezi na pambaja za kirafiki

Nikitupa macho huku na kule kwenye makazi ya majirani
Naona kuta za mawe zilizojengwa kwa mikono ya mahiri
Naona kigo za kai *apple* zilizopandwa ikamea huku ikisukwa
Zikishirikiana na walinzi kulinda walio ndani na mali azizi

Masagingi tumbitumbi yapitiapo kwenye mbele ya macho
Wakimbiaji wakimbiao siyo kutoroka nyati wenye hamaki
Bali kukwepa hasidi wa uhai kwa kuchoma mafuta ya mwili
Huniambia hapa ni tofauti na nyanda za minga nilikoibuka

Mara kadhaa kupitia mapengo katikati ya miti ya kupanda
Macho hukutana na wenye ngozi nyeusi au za malai
Mbwa waliofungwa kwa kanda wakipelekwa kumandari
Ushahidi maisha hapa yamechukua sura ya kaida za mbali

Jioni, macho hushuhudia dhahabu ya anga la magharibi
Sanaa ya mkono wa jua unapochora nia ya kuaga anga
Miti huwa imegeuka sura kutoka kijani kibichi kilichokolea
Na taratibu kupoteza rangi na umbo katika miliki ya usiku

Jioni, niingiapo kwenye Roshani na kuenga mandhari
Macho yaajabiapo taa zilivyorembeza turubai ya usiku

Akilini huanza ngoma ya miali ya mwangaza pendezi
Moyo huwa mwepesi kwa mpwitopwito wa buheri

Usiku, mkononi glasi za zabibu za kutuliza joto akilini
Fikra hupitanapitana kama vipepeo wa rangi nyingi
Niangaliapo pengo baina ya hapa na iliko mizizi yangu
Nakumbuka faida ya kuota na kupalilia ndoto kwa jasho

Shukrani mkutaniko wa kujiamini, ndoto, jasho na zaidi
Asante yakini kwa kuniundia ngazi imara ya mbambakofi
Chombo kilichonikweza kutoka joto la changamoto utotoni
Kikanitua kwenye roshani juu ya bustani vyenye vipepeo

MANABII!!

Katika bustani na majumba ya kukodi
Katika mijengo kutokana na udokozi
Matapeli wadondokwao na ulibwende
Wanabubujikwa na ma-povu vinywani
Sauti za jadhba za "Semeni Haleluya!"
Zinapanda angani kama makombora
Waumini waliofungwa fahamu pingu
Wanaporwa kimachomacho ja mazuzu
Wanakengeushwa "kupanda mbegu"
Masikioni, wamejazwa gube tamutamu:
Wanaonyongwa na ukosefu wa ajira
Watapata kazi za malipo maangavu,
Waendeshao Wolkswagen Beetle
Watamiliki LandCruiser VX mpya,
Wenye ulemavu sugu tangu utotoni
Ulemewa utapuliziwa mbali na upepo,
Waliotafuta wachumba bila kufua dafu
Watapata waandani wa kumezewa mate,
Wenye miji-ya-uzazi iliyokithiri utundu
Upesi watajifungua mapachamapacha,
Wanaougua maradhi yanayobeza tiba
Watapona pasi kuongea na daktari,
Hata kurejesha duniani waliozimika uhai
Hilo, abadani, usidhani ni suala muhali
Bora zitumike ndimi, kwa sauti mtitimo!

Wajitwazao kuwa watumishi wa Mungu
Wakiwemo walioingia shule za shinani
Lo! Kichungi cha mitihani kikawachuja
Wakaishia kuwa masimbi katika jamii,

64

Zumbukuku bila mafundisho ya kidini
Mabazazi wasioelewa kamwe Bibilia,
Leo, kwa unyanganyi usiotumia mababu
Kwa wizi mbele ya macho wazi ya sheria
Ndio waendeshao masigingi meusi mapya
Wakisindikizwa na askari wenye AK 47
Barabarani wakitisha madereva kwa inda,
Ndio waishio mitaa ya kijani kibichi kizito
Nyumba zao zikifurika bidhaa za anasa,
Ndio watembeao kwa mikiki na mikogo
Wakiandamwa na walinzi tumbitumbi,
Ndio wajichaguliao vyeo vinavyometa:
Mara ni wachungaji wagavi wa ulokole
Au ni maaskofu tarishi halisi wa mbingu,
Wengine, bila kujali mjeledi wa Mungu
Daima wakinywa damu ya watesekao
Wanajiita manabii wakuu kuliko wote!

MWONGO NA NUSU GIZANI

Mume alibanwa na harakati mwake nyumbani
Mke aliishi mbali alikoitika mwito wa kazi
Kwa hayo hawakuumizana wakipigana mieleka
Hiyo njia ina nyayo za wengi walioipitia jana
Bila uchungu wa kutekwa bakunja na duduvule

Kwenye giza la masafa ya mbali, katika ukiwa
Kutokana na salamu za macho mageni kila uchao
Hisia za mpweke zinatekwa nyara na nyakati
Mke anashuka kwenye midundo iliyoharamishwa
Nyumbani mume akitulia katika amani ya kutojua

Katika udongo wa mama, mche azizi unachipuka
Kwa waliovishwa pete na kula kiapo hadharani
Na kwa aila, wenza na marafiki wa pande mbili
Zinapaa shangwe za kuwapongeza wanapete
Kwa majilio ya jozi ya macho mapya duniani

Mpito wa wakati wa harakati za ukungu wa siri
Unaongeza ulimwenguni uhai wa pili na wa tatu
Kila majilio yakiandamwa na pongezi kwa mume
Kila wakati akiona fahari ya kuwa mhandisi wa uhai
Ukamilifu wa mume katika jamii inayoenzi uzazi

Baada ya mwongo na nusu katika furaha ya mzazi
Habari za kukereketa moyo na kukatakakata maini
Kama mtutumo wa radi, zinamshambulia mume:
Watoto watatu walioletea nyumba miali miangavu
Si damu yake adimu, ni jasho la duduvule katika ndoa!

MTOTO WA CHURA

Sauti katika blanketi ya usiku iliiga vyuma vikizozana
Usumbufu katika masikio na akili ukawa mateso
Ikawa hali ya kugaragara usingizi ukinichekelea,
Nikadhani bughudha ilikuwa kazi ya ndege bila adabu
Mtadaruki-mabawa anayejinaki baada wenzake kulala

Usiku ulipojigawa vipande viwili visivyolandana
Nikawa karibu na macheo zaidi ya mafungianyama
Nilijiwa na miali ya kutanabahi nikaanza kujisaili
"Ni ndege gani anayemithili vyuma vinavyozozana
Kiumbe anayebatilishia haki yangu ya usingizi mnono?"

Baada ya kulenga darubini ya akili kulikotokea sauti
Masikio yaliongoza akili hadi bwawa la kuogelea
Nikatanabahi: Mtoto wa chura, kumbe, usiku kutwa,
Ndiwe, kwa bidii thabiti, uliyejaribu, bila kufaulu
Kuchochea uhasama baina yangu na maumbile!

MAANDAMANO

Usiyaweke kwenye rapu moja mambo yanayokinzana
Yatenganishe maumbile yatenganishavyo mwanga na giza:
Maandamano si kufanya watu wasiohusika kuvuja damu
Si kushambulia mifuko ya waendeshao magari barabarani
Si kuvunja milango ya hoteli na kuwania chakula jikoni
Si kujitoma kwenye maduka kumiliki simu za mikononi
Si kupasua vichwa vya madereva kwa makombora angani
Si kuvunjavunja madirisha ya mijengo na kuchoma mali
Si kutumbukiza katika ziwa la mashaka wananchi jijini
Kwa mujibu wa kamusi ya maadili, hayo siyo maandano

Nondo wa hariri na mabuu ya shonde usiwaweke pamoja
Hawa ni wa kupigiwa makofi na wale ni wastahiki vidoko:
Maandamano ni kutunisha misuli na kupinga siasa iliyooza
Ni wananchi kuinua ngumi kukataa kodi inayowanyonga
Ni pamoja kupiga mayowe kutimua nguruwe uongozini
Ni kushikana mikono kusafisha jamii uchafu unaonuka
Ni kukweza sauti lukuki kukabili harufu ya utimbakwira
Ni wimbi kali la wanaotaka kutoa haki kitanzi shingoni
Ni kuimba wimbo mmoja wa kuondoa vihunzi maishani
Kwa mujibu wa kamusi adimu, huko ndiko kuandamana

NGAZI

Jana tulishikana mikono katika mengi yaliyong'ara
Tuliunda chombo cha kupiga jeki maisha vijijini
Tuliitikia mialiko ya waliopiga nyende za uhitaji
Tuliketi vikaoni tukazungumzia ya kuinua umma
Tukajizatiti tukachanga kutoka mifukoni na akilini

Katika makutaniko ya kulia pamoja na waliofiwa
Alikuwa mkakamavu wa kushika usukani vikaoni
Alipoalikwa, hakukosa kundini ila awakilishwe
Alihesabiwa mwenye moyo wa ukarimu shadidi
Akaonekana mwenye utu ulokamilika katika ratili

Mara lukuki alinialika tushirikiane katika miradi
Badala ya kumhini, nilimfanyia hisani aliyotaka
Tuliandamana, tukawa wafadhili waheshimika
Tukachangia shule kunakovuma upepo wa ukata
Yakanunuliwa mabasi yenye harufu ya kiwanda

Kumbe alikuwa amelenga vinono vya kiti adhimu
Tulioandamana naye katika miradi iliyometa ukarimu
Tulikuwa ngazi ya thamani iliyopangiwa kupandiwa
Kusudi aliyekuwa na ndoto wa kuvaa koja la kitaifa
Kukanyaga, hatua kwa hatua hadi makalio kutua kitini

NYANI KILABUNI

Anaonekana mwenye elimu ya kiwango si kidogo
Labda amehitimu digrii ya kwanza, labda ya pili
Pengine alisoma katika chuo chenye jina linalovuma
Pengine, asubuhi, alioga katika birika ya maji moto
Akaimarisha usasa kwa marashi ghali kutoka mbali
Akavaa mavazi yenye nembo ya ubora wa kimataifa
Akapanda gari la kibafsi linalooshwa na kung'arishwa
Akaenda kazini katika jengo linalobusu anga jijini
Akaketi katika afisi yenye maua kwenye vasi pendezi

Baada ya kazi, aliingia kilabu kujivinjari na marafiki
Agizio lake la njugu karanga lilitimizwa na mhudumu
Kwenye kaunta, mbele yake, kijisahani kinalaki mkono
Anazoa njugu, anazibambua maganda akiangusha chini
Amalizapo kula, anaendelea kujifariji kwa whiski
Ufikapo wakati wa kusimama na kwenda aendako
Picha inayosalia palipokuwa nembo ya usafi alipoingia
Ni udhia unaovamia macho kama upepo wenye pilipili
Ni vigumu mtazamaji kujua palikuwa na mtu au nyani!

BIDHAA ZA UREMBO

Uandamanapo na wakuitao rafikirafiki
Upo wakati ambapo wewe ni mtu kamili
Muda jina lako, hisia zako, matakwa yako
Hupewa uzito ratilini isiyotumia ubinafsi
Ratili inayotathmini ubora yakini wa mtu

Zipo nyakati za mialiko yenye bashasha
Wakati atakapo muandamane mkutanoni
Akilenga uwe sabuni ya thamani aali
Umsafishe mabaka ya uchafu yanayonata
Jina liwe safi machoni mwa watazamaji

Zipo nyakati akutakapo umpeleke aendako
Akinuia uwe losheni ya kulainisha ngozi
Mfikapo kwenye kikao adimu atarajiwapo
Uso wake usifahamikao kwa mpararo ghasi
Bali uwe unanang'anike na kuanisi macho

Si ajabu aliyepanga mtembee mkicheka
Ni mwenye jina lisumbualo pua kwa ukuba
Basi wajibu uliopangiwa pasi kutanabahi
Ni kumfaidi kwa manukato wa jina lako
Wamjuao wanene, "Mkoo amekuwa safi!"

GAMBA LA MTU

Hayumo katika vidato vya chini, amepanda kimasomo
Cheo chake hakina watu wengi, si nchini, si kote duniani
Alivizwa kofia mviringo, yumo kwenye kidato kileleni
Aliojiunga nao hawazidi asilimia moja ya ulimwenguni

Tulipokutana katika kilabu chenye jina lenye uvumba
Tukaongea siyo maongezi ya pesa nane bali yenye uketo
Kwa saruji ya mapenzi ya fasihi, ulichipuka utangamano
Ukazuka uwezekano wa kushikana mikono katika mradi

Baada ya vikao kadhaa vilivyolainishwa na zabibu
Tulikwea kutoka kidato za hatihati tukafikia agano
Miali ya ndoto ya kisanaa ikamulika kumbi za akili
Nikampa nakala ya kitabu kuwezesha mradi kualika

Baada ya msanii mwenzangu kupanga upya matini
Baada ya kuyaunda upya yaoane na kiwambo kikuu
Badala ya *Maua Kwenye Jua la Asubuhi* kuwa filamu
Ndoto niliyonyunyizia maji kwa hamu haikuchanua

Kumbe udhaniacho kimekutana na mboni za macho
Si sharti kiwe maji ya kukufaa; labda ni mazigazi:
Niliyemwona kuwa mwaminifu, nikataja tuliyopanga
Ni maarufu wa kuahidi kumbe kwa ahadi za uzandiki!

Waama, hachomwi na sindano ya aibu kwenye fahamu
Hajaomba msamaha kwa kutojiri aliloahidi kwa hiari
Hutadhani ndiye aliyetamka yaliyotumbuiza masikio
Mkapiga makofi mkisubiri mradi utakaomulika anga

MTEGO WA SOMBOMBI!

Ninaposhika rununu na kubonyesha jina lake
Masikio yangu yanapata ujumbe wa kulia simu,
Nangojea sauti yake inikaribishe kwa "Naam!"
Lakini nakemewa na kimya chenye mrindimo
Anga lanichekelea kwa kuona nilivyopuuzwa

Alipiga simu bila masikio yangu kumtarajia
Aliagiza vitabu vilivyozaliwa na akili yangu
Alisema alivihitaji kusambaza mwanga chuoni
Nilivituma moyo ukinang'anika kwa ukunjufu
Nikasalia kungoja fidia ya jasho nililomwaga

Kumbe nilithamini nyumba kwa kutazama lango:
Ni miaka tangu nianze kupiga simu kwa mdaiwa
Mara ya kwanza nilipata jawabu lililonuka ujeuri
Baadaye aonapo jina langu kwenye kiwambo
Hujifunika kinywa kwa kitambaa cha ububu sugu

Nishikapo darubini na kutazama kisa kimakini
Sioni alisukumwa na haja ya vifaa vya kufunzia
Namwona aliyeishiwa na unga na sukuma-wiki
Akakuna kichwa akitafuta mzungu wa kujinasua
Ikamjia sauti, "Agizia vitabu uzie wanafunzi!"

Huu uzani ninaobeba kama gunia la makoroma
Ulizaliwa na kuamini jina bila kutumia kiookuzi
Niliona nashughulika na profesa mwenzangu
Nilisahau mwenye jina si sharti awe muungwana
Ndivyo nilivyokanyaga mtego wa sombombi!

WAHUDUMU WACHANGA

Kwa wahudumu wachanga nyumbani mwa wakubwa
Maisha hayana rangi za kupendeza macho ya moyo,
Hayana utamu ridhishi, ladha kama ya asali, hayana
Yana ugwadu kama wa embe lililotundwa likiwa bichi

Wanalipwa mshahara ulioamuliwa na mwajiri pekee
Mapato ya pesa nane yaliyopakwa matope ya kejeli,
Muda wa kufanyia kazi hauafikiani na sheria na utu
Pilikapilika huanza mara tu awikapo jogoo wa kwanza
Huendelea kurindima kufuatana na muyoyomo wa jua
Mikono kamwe haitulii hadi sahani za chajio zing'are

Glavu za kunadhifisha kunakohitaji tahadhari kiafya
Haziwi kinga kwa mhudumu anapokwangura uchafu
Hiyo ndiyo sura ya ndani katika nyumba za mawe
Ndiyo hiyo hali ya waajiri kutojali mahitaji ya kikazi

Kuwepo kwa tanki la maji yaliyochemshwa asubuhi
Hakuafu mikono michanga kutokana na dhiki jikoni
Meno makali ya baridi huitafuna kwa ujeuri na kebehi
Kabla ya mateso kuendelea katika birika kubwa za dobi

Mbali na kutunza wakembe na watoto waendao shule
Mara mhudumu husukumwa kumhudumia baba watoto
Na usidhani ni kwa kumpa chakula kingiapo tumboni
Ni kumzima joto la kiangazi mwilini mke asipokuwepo

SIKU ZA AIBU

Mwajiri wa wana-sare wanaodhibiti utuvu
Kwa miaka mingi amewavisha taji la mipupu
Si kwenye mshahara, si kwenye matibabu
Si kwenye malazi, si kwenye kanuni za kazi

Kulala katika nyumba ndogo kama chiriku
Nyumba ambapo mchana unapojitangaza
Jua hunguruma na kukandamiza aliye ndani
Harara na michirizi ya jasho ikatwaa maisha

Katika nyumba moja kwenye kituo cha huduma
Familia mbili bila uhusiano ila ujirani kazini
Huishi pamoja katikati wakitengwa na shuka,
Visa kitandani kimoja huwa mateso kwa jirani
Kwa anayeishi katika joto la tanuri ya upweke
Maraha ya mwenza huwa hasidi dhidi ya mwili

Mwenza-ndoa mmoja apelekwapo mbali kazini
Mwandaniwe asaliapo nyumbani akiota baridi
Si muhali kuvutwa na kani ya sumaku ya hisia
Akasalimu amri na kulainika moyo kama hariri
Akatumbukia upande wa pili wa ukuta wa shuka

Hivyo ndivyo hujiri umeme na radi zisizo halali
Visa vilegezavyo pete zilizokuwa thabiti vidoleni
Haki aali ya watoto ya kuishi na wazazi wawili
Ikawaponyoka na kuanguka kwenye matope
Pindi aliyeliwa bangu na sondomti katika giza
Hukaa msamaha na kushika kani, "Ni talaka!"

UCHUNGU ULIOJE!

Uchungu ulioje, kuishi nchini ambamo
Mara nyingi, mahakamani kuu na ndogo
Haki na aishiye akipiga miayo ya njaa
Kama maji na mafuta, kama lila na fila,
Hazitangamani kuunda nyemi angavu

Huku kuuzwa haki kama bidhaa dukani
Huku kunuliwa na wenye uwezo mifukoni
Au kutunukiwa marafiki wa wanamamlaka
Ni wembe unaonikata moyo nje na ndani
Mawimbi ya uchungu yanajaa bila kukupwa

Mnyonge hutazama chake kikididimishwa
Kikivutwa na minyiri thabiti ya ufisadi
Kimachomacho kikitoweka mwake machoni
Sheria ikijifanya gulagula au zumbukuku
Au kisiri, ikikemea, "Heshima kwa wakubwa!"

JIBU FUPI

Nilipomtumia arafa ya heri za Krismasi
Sikujua kuteuliwa katika bunge la kaunti
Kulikingama akilini mwake kama gogo -
Hakuwa na muda wa kunena na "yahe",
Kujibu ujumbe wangu uliosheheni wema
Alisema kwa kinaya, "Asante; nawe pia!"

KUREJESHA KINUNGU

Nimeyasikia kihalisi, usidhani niliyapata ndotoni
Japo yananuka uozo, ndiyo mazoea serikalini:
Watoaji pesa za umma kwa huduma zilizolengwa
Punde zipokelewapo nyanjani, hurejeshewa kinungu -
Niliambiwa, akataaye kunenguka katika hiyo ngoma
Keshowe hujuta kwa kukwama matopeni ofisini

Mwalimu mkuu atakaye pesa za matumizi shuleni
Anapotuma ombi akifuata kanuni wazi zilizoweka
Pesa zitokapo ghalani na kuingia akaunti ya shule
Zitolewapo kutumika palipopangwa kimahitaji
Hubidi kunungu kitumwe kwa wahudumu ofisini
Vingine, kupata halali keshowe, huwa kukamua jiwe

Nimesema ya shule usindani ndipo pekee palipooza
Kwenye mradi nilioshirikishwa bila kuona dosari
Mwenyekiti wa kamati aliyekuwa mkarimu wa habari
Alinitajia ufadhili tuliopangiwa na taasisi ya kitaifa
Akanieleza yaliyokuwa yamepangwa yakapangika:
"Shilingi laki zitarejeshwa kwa mkuu wa taasisi!"

Sasa naelewa tambo kuhusu huduma ya umma
Nimefahamu chanzo cha vitambi vya wahudumu
Sishangai mwenye mshahara wa kijungu jiko
Abugiapo tembo kila ofisi zinapokomewa jioni
Sistaajabu wakinyofua minofu ya mbuzi dawamu
Na kukanyaga vichapuzi vya gari la kibinafsi

Kwa miaka, pua imejua harufu ya kofia nyeupe
Nameelewa wanywavyo shubiri watafutaji kazi
Nafahamu mhitaji huduma asongolewavyo mikono

Ila haya ya kutoa kwa hofu ya kukabwa koo kesho
Huku kukatiwa kinungu kutoka nyama ya umma
Haya yamekawia kuja kwa abebaye darubini daima

USINIKARIBIE!

Ukiona mwenye sura iliyo mashakani
Kiganjani kitambaa kilowevu kikilalama
Usidhani anayeugua ni mkosa tahadhari
Usione aliichezea hali ya hewa iliyonuna
Ikaamua kumtandika viboko kumtia adabu
Kumbe alipagazwa balaa na mkosa heshima -
Watu wanaofuga homa hadi kuziba mianzi
Bali wasiojikanya kusambaza jeshi la adui
Wanakero wakupao mikono yenye unyevu
Virusi vikiogelea kama samaki baharini
Wanaudhia unaonena nao kwa tahadhari
Bali wakusogeleao kama mtapigana busu
Upigapo hatua nyuma, wanapiga yao mbele
Ukivunja mkabala nao, wanaujenga upesi

Laiti kungekuwa na shule ya kufunzia adabu
Tungepata maarifa ya kuishi bila kubughudhi:
Salamu za viganjani zingezingatia nidhamu
Ingekuwa marufuku kunyosheana ulowevu,
Pua zitemazo virusi kama mabomba ya moshi
Zingekanywa kwenda karibu na masahibu,
Mwenye mikono iliyotengana na unadhifu
Angekuwa mwepesi kunena, "Sikupi mkono!"
Na kuongeza kauli, "Sinikaribie; nina hasidi!"

VIRUSI MILIONI

Hii ni changamoto, naungulika akilini,
Mwezangu, mkazi katika ofisi moja
Hayuko katika hali ya afya inayong'ara
Ana virusi kaidi ambavyo vimelowela
Usiseme hilo ni kudhani, ushahidi u wazi,
Anajitangaza kwa kuvuta avutacho puani
Mezani, nakiona kitambaa kilowevu
Hapo hapana lawama, kuugua si chaguo
Panaposinya, panapoudhi, panapokera
Ni kunyosha mkono ukutane na wangu
Na mkono wenyewe unalia kwa uchafu

Mtu auguapo, adabu ni kubadili mazoea
Ni kuzuia mikono kukutana na ya wenza
Ila mwenza, angiapo ofisi, ni "Shika tano!"
Nami, kwa kukosa mzungu wa kutorokea
Moyo ukishuka katika mvo wa kusinyika
Nakipokea kiganja kibebacho jeshi hasidi
Ndiyo sababu sasa nainuka kutoka kitini
Naenda kuomba hisani kwa sabuni na maji
Waniunge mkono, kwani tu masahibu
Pamoja, kutoka kiganja, tutimue virusi
Homa isinivamie kwa charazo la viboko
Kwa siku tatu, kazi nami tusiwe lila na fila

MVUMO WA HELIKOPTA

Mtambo kama nyigu, unadhihirisha umbo
Ungani mabawa wanazunguka kwa kasi
Punde, wingu la vumbi linapaa kwa ujasiri
Nguo, nywele, nyushi na kope za wakata
Zinabadilika, zinachukua rangi ya udongo

Helikopta inatua katika uwanja wa shule
Mgombeaji kiti cha jumba la mapochopocho
Amekuja kuvuna kijijini mnapovuma ukata
Anapanda kwenye kikwezeo cha mbao au fito
Anapulizia fukara ghururi zilizotiwa ubani:
Nitajenga barabara, hospitali na chuo kikuu
Eneo liwe mahali pa kupigiwa mfano nchini,
Kila kijana atapata ajira pasi abaguliwaye
Kesho uhitaji ubakie katika kumbukumbu,
Katika kila kijiji kutatiririka maji ya mifereji
Mitungi migongoni mwa punda iwe masahau,
Waya za stima zitavuka mito na mabonde
Vijijini ingurume mitambo ikizalisha mali

Baada ya kukandwa akili kwa vifijo na kemi
Msasi wa kura kutoka muungano wa nzige
Akiangalia saa kwenye mkono wake mnono
Akikumbuka nyama choma na kachumbari
Au labda minofu ya kambakoche wa kukaanga
Akiwazia mvinyo au Chivas ya miaka 18 au 21
Anapanda chombo cha angani chini akiona kura

Mtambo unaongeza nywele za mafukara vumbi
Wachochole wanashika njia kurudi makwao
Mikononi, wanabeba vifurushi vya vyambo

82

Mifukoni wanachomoa noti za kiasi cha aibu
Wanasifia tapeli kwa moyo wake wa ukarimu
Akili zao zimeduwazwa, aziulizi swali nyeti:
"Huyu, asiye na kiwanda cha kuzalisha mali,
Amepata wapi misuli ya kuruka kwa helikopta?
Amepata wapi lundo la noti zinazonukia upya?"

Baada ya kuwekwa alama za uamuzi karatasini
Jambazi sugu lililopora hazina azizi ya umma
Mhuni aliyeoza na kuozeana ndani kwa ufisadi
Anabebwa juujuu akishangiliwa kwa ushindi!

Kwa miaka mitano, akilini mwa waliopiga kura
Ndoto zilizovunjika kama vyombo vya kinamo
Zinasalia katika hali ya vigae vyenye kuumwani,
Wananchi wakijiburura katika tope la kutamauka
Wakisubiri miaka mitano ya kupiga miayo ipite
Waingie tena katika wingu la zugo zenye marashi

WASHUKAPO BONDENI

Washukapo katika bonde la giza la siasa
Akili zao zilizong'aa katika kumbi za vyuo
Shahada zao halisi za uzamili na uzamivu
Tabia zilizonang'anika kwa ulaini wa utu
Hupulizwa na upepo wa tamaa ya kupanda
Wasemayo wakaliao viti vyenye nembo aali
Hata yanukapo zaidi ya udhia wa kicheche
Hupigiwa makofi kwa misuli iliyoumuka
Husifiwa kwa nyimbo za mahadhi kiusomi
Pasipo kujali harufu isherekewayo na nzi
Pasipo kukumbuka siku ya kofia mviringo

KENYA NA THARAKA

Ukipenda kunisambazia virusi vya ndwele ya akili
Ukinitaka uwenza, tutembee na pua zenye unyevu,
Ukiniita kutoka kundi la shomoro, kwezi na chozi
Pamoja tuiname ja popo kwenye pango la ufinyu,
Ukinichombeza niutie Utharaka juujuu mlingotini
Nao Ukenya niutupe kwenye ukoka wenye umande,
Kwa utulivu, nitatikisa kichwa upande hadi upande,
Ukisema, "Kichwani umetekwa nyara na uhambe!"
Nitajibu, "Nisimamapo pamepimwa kwa ratili azizi!"

Ingawa naonea fahari adimu udongo ulioniotesha:
Nashukuru hisani isiyo kifani ya punje za mawele
Nasifia fadhila za pojo, soroko, mbaazi na matango
Naelea angani nikumbukapo nyota na mbaamwezi,
Ingawa naheshimu milango inayokomaza waipitiao-
Mijeledi iliyovuma ya *kugiita muringa* bila mavazi
Pembe kali, ishara ya kuwadia kisu moto cha ngariba,
Ingawa nacharaza Kitharaka kama gwiji na marimba
Napidapinda kwenye *mboboi* kama nanepa mifupa,
Nikaguapo nembo katika shahada za mitihani ya taifa
Nitazamapo vyeti vyangu vya kuzaliwa na ndoa
Nichomoapo mfukoni pasi katika uwanja wa ndege
Sioni jina Tharaka; naona simba, mikuki na ngao,
Ukizoazoa mali chache niliyochuma kwa joto na jasho
Kwa ufukufuku uifanye lundo uichome katika bwiwi,
Hutasakwa na mkono ya Huduma ya Polisi ya Tharaka
Nitapiga ukwenzi nikilenga masikio ya polisi ya taifa,
Utakapoishiwa na pumzi katika mbio za sakafuni
Mikono yako miwili ikaribiane kwa uwezo wa pingu
Hutaingizwa kwenye mahakama yenye alama ya mbuyu

Hakimu atayekurudi kwa mujibu wa vifungu mahsusi
Atakuwa kitini chini ya nembo ya simba, mikuki na ngao

Napiga pambaja Ukenya na Utharaka wangu kwa maraha
Nyuzi za zari katika mfumo nyerezi wa fahari ya "Mimi"
Vitambulishi visivyogongana kwa kelele katika jina langu,
Ila katika vidato vya ngazi adhimu ya kupangilia "Mi nani?"
"Mimi-Mkenya" inatua kidatoni juu ya "Mimi-Mtharaka",
Ukipanda kimaswali, ukitaka jibu kwa lugha kinaga-ubaga
Kwa ukete, bali kwa sauti wazi kama ya kengele, nitajibu:
Katika ratili inayopima uzani kwa mizani azizi ya taamuli
Uzito wa "Mkenya aliyezaliwa katika nyanda za Tharaka"
Unainamisha mtange kuliko "Mtharaka anayeishi Kenya"

WASOMI WA JANA I

Wawaitapo wanasiasa kwa vyeo vya chuo kikuu
Wimbi la haya hunilenga shabaha kwenye utosi
Linapiga mbizi na kutorokea vidoleni miguuni;
Binadamu aliyeipa akili livu isiyo na mwisho
Akaishia kuweka mbele umio, tumbo na chango
Anaitwaje kwa cheo angavu cha kumbi za usomi?

Wakurukapo kutoka jasho la joto la mihadhara
Wajitumbukizao katika kinyang'anyiro cha viti
Siyo kwa nia ya kusukuma mbele ndoto za umma
Bali kwa dhamira ya kutafutia vinywa vyao nyofuo
Wanafumba macho yasitofautishe mwanga na giza
Wanafunza pua zao kuita uvundo manukato aali

Haya yawapo ndiyo katika taifa la watu wala watu
Mshairi atakosa vipi kutangaza hamaki inayokata
Bila kuogopa kuitwa mlalamikaji wa daima dawamu -
Bila kuhofya kulaumiwa kunung'unika kwa miongo
Wimbi la uozo linapomeza waliotarajiwa kuwa nguli
Waliotazamiwa kuinua ngao kutetea ukweli na usawa?

Walioibuka washindi, wenye vyeti angavu nyumbani
Wangekweza sauti wakifuata akili badala ya tumbo
Wangetumia vifaa aali vya kutathminia sura ya jamii
Wangetia mbele umma badala ya kujiunga na ruhange
Leo wananchi hawangekuwa na nyuso zenye huzuni
Wangekuwa wenye chemchemi za maraha nyoyoni

WASOMI WA JANA II

Walimwaga jasho wakapata vyeti vya umahiri
Waliweka usingizi kando wakikimbiza uzamivu
Wakishangiliwa, walivishwa kofia za mviringo
Kwa miaka walitia wanafunzi mwanga vyuoni
Walipoona mishahara ya angani ya wanasiasa
Walijitosa katika vumbi la mieleka mikali ya kura
Wakabwaga washindani, wakabebwa wakiimbiwa
Wakaanza kukandwa akili wakiitwa "Mheshimiwa!"
Leo, vinywa vya wengi vinapofunuka kutoa kauli
Badala ya maneno, vinatoa vibanzi vyenye sumu
Vinatufuma kikejeli kwenye viwambo vya masikio
Na kutuacha na machungu kama mikuki ya nge elfu

Printed in the United States
by Baker & Taylor Publisher Services